# शिकारी बनला शिकार

## मोहम्मद उमर

आतील चित्रे : सुकायना लल्ला ग्रीन

अनुवाद : लीना सोहोनी

मेहता पब्लिशिंग हाऊस

**THE HUNTER BECOMES THE HUNTED** by Mohammed Umar

शिकारी बनला शिकार : मोहम्मद उमर
अनुवाद : लीना सोहोनी
तेजोनिधी, फ्लॅट नं. ५, स्नेहनगर, बिबवेवाडी-कोंढवा रोड, पुणे ३७

First published in Great Britain 2015
Salaam Publishing

प्रकाशक : सुनील अनिल मेहता
मेहता पब्लिशिंग हाऊस, १९४१, सदाशिव पेठ, माडीवाले कॉलनी, पुणे ३०.
© ०२०-२४४७६९२४
E-mail : info@mehtapublishinghouse.com
Website : www.mehtapublishinghouse.com

प्रथमावृत्ती : सप्टेंबर, २०१७

ISBN 9789386745330

**सलीम, करीम आणि नफिसा यांना -**

ज्या सर्व लोकांनी माझ्या पुस्तकात रस घेतला

आणि हा उपक्रम पूर्ण करण्यासाठी मला सहकार्य केलं,

त्या सर्वांचा मी ऋणी आहे.

फिजा अझीझ, समीर मोहम्मद अली, यास्मिन नोयुवा, गॅब्रिएल

आणि नोवा बॅसडेन, स्यू नायमजोह, थिओ मॅडिक-टायलर,

सुलेमान इब्राहिम, जमिला हाईनेक, ॲन रॉडफोर्ड, फ्रँक बेली,

ॲमा बिने, फारुक सोहावन, समाद, फन्न आणि साफिया इरफान.


या व्यतिरिक्त आणखी कुणाचा नामोल्लेख करायचा राहिला असल्यास क्षमस्व!

# अनुक्रम

# शिकाऱ्याचे स्वप्न

पहाटेची वेळ होती. शिकाऱ्याला जेव्हा झोपेतून जाग आली, तेव्हा पक्ष्यांची पहाटेची किलबिल सुरू होती. तो डोळे चोळत चोळत किंचित हसला. शिकारी आज फार खुशीत होता. त्याला नुकतंच एक खूप छान स्वप्न पडलं होतं. त्याच्या त्या स्वप्नात तो जवळच्याच एका जंगलात शिकारीला गेला होता. आणि त्यानं चांगली चार प्राण्यांची शिकार करून आणली होती. त्या जंगलाचं नाव होतं 'शकारा.' चार प्राण्यांची शिकार... तेही 'शकारा' जंगलातून! आजपर्यंत कुणालाच हे कधी जमलेलं नव्हतं. त्याच्या त्या स्वप्नात त्यानं शिकार तर केलीच होती, पण शिवाय तो त्या शकारा जंगलातील प्राण्यांचा राजा झाला होता, त्यांच्यावर राज्य करू लागला होता.

आत्ता झोपेतून जाग आल्यावर बिछान्यावर पडल्यापडल्या त्याला त्याच्या वडिलांचे शब्द आठवले. पूर्वी एकदा त्याचे वडील त्याला म्हणाले होते. ''तू बाकी काहीही केलंस तरी चालेल, बेटा, पण त्या शकारामध्ये शिकारीसाठी मात्र कधीही जाऊ नको हं. कारण त्या महाभयंकर जंगलातून तू जिवंत परत आलास, तर ते सुध्दा नशीबच म्हणावं लागेल. तिथे राहणारे प्राणी फारच बुध्दिमान आहेत.'' पण शिकाऱ्यानं त्याच्या वडिलांच्या बोलण्याकडे साफ दुर्लक्ष केलं होतं.

आत्ता सुध्दा त्यानं आपल्या मनातून आपल्या वडिलांचा आवाज काढून टाकला आणि त्या ऐवजी त्याला स्वप्नात ऐकू आलेल्या आवाजाचाच तो विचार करू लागला. त्याच्या स्वप्नातला तो आवाज कुजबुजला होता, ''त्या निषिध्द मानल्या गेलेल्या शकारा जंगलावर जर तुला ताबा मिळवायचा असेल, तर तुझ्या पूर्वजांनी आजवर जे कधीही केलं नाही, ते तुला करावं लागेल. त्या कामात यशस्वी होण्यासाठी तुला वेगळ्या पध्दतीनं विचार करावा लागेल. तुला एक नवा चेहरा धारण करावा लागेल. तू तिथे जायचं, पण एक शिकारी म्हणून नव्हे, तर एक साधासुधा माणूस म्हणून. त्या जंगलाचा, तिथल्या प्राण्यांचा अभ्यास, त्यांचं निरीक्षण करण्यासाठी जायचं. त्या प्राण्यांच्या अस्तित्त्वाला धोका पोचवायला आलेला माणूस म्हणून तू तिथे मुळीच जाऊ नको, उलट त्या जंगलाचा सांभाळ करण्यासाठी, त्याची राखण करण्यासाठी म्हणून तू तिथे जा. आपण एक शांतताप्रिय माणूस असल्याचं सर्वांना दाखव. त्यानंतर तुझ्या अंगची सर्व कौशल्य वापरून त्यांचा विश्वास संपादन कर. त्यांच्याशी गोड बोलत, आपण किती सज्जन आहोत, ते त्यांना पटवून दे. स्वतःची खूप चांगली प्रतिमा त्यांच्या मनात निर्माण कर. त्यांचे दोन नेते आहेत. एक दाढीवालं माकड आणि दुसरा टकलू गोरिला. त्यांचा विश्वास आधी प्राप्त कर.''

शिकारी अजूनही बिछान्यावर पडून त्या स्वप्नाचाच विचार करत होता. स्वप्नाच्या अखेरीस जंगलातील प्राणी त्याला खांद्यावर घेऊन नाचत होते. ''महाराजांचा विजय असो! विजेता अमर रहे!''

त्याचा स्वप्नातल्या त्या आवाजाच्या सांगण्यावर ठाम विश्वास होता. स्वप्नातला आवाज त्याला 'विजेता' याच नावाने संबोधून बोलत होता.

''चल हो पुढे. विजय मिळवून ये. शकारा तुझंच आहे, त्यात असलेलं सगळं तुझ्या मालकीचं आहे.'' पुन्हा त्याच्या मनात ठाण मांडून बसलेला तो

आवाज म्हणाला. जरा वेळानं शिकारी बिछान्यातून खाली उतरला.

मग मात्र शिकाऱ्यानं खरोखर अत्यंत मनापासून तयारीला सुरुवात केली. आपले धनुष्यबाण काढून ते व्यवस्थित असल्याची त्याने खात्री करून घेतली. मग त्याने ते कापडात गुंडाळून ठेवलं. त्याच्या त्या बोचक्यात फक्त भांडीकुंडीच होती, बाकी काहीच नाही. आपली गलोल तपासून पाहिली. त्याचे मित्र सुध्दा त्याला 'विजेता' म्हणूनच हाक मारत. तो किंचित हसला. मग त्याने चेहऱ्यावर एक मास्क चढवला. त्यानंतर त्यानं आपल्या सामानात जनावरं पकडण्याचा एक सापळासुध्दा घेतला. 'या शकारामधल्या प्राण्यांना आश्चर्याचा एक जबरदस्त धक्का बसणार आहे,' असं तो स्वतःशीच म्हणाला.

शिकाऱ्यानं आरशात स्वतःच्या प्रतिबिंबाकडे पाहिलं. तो त्या प्रतिबिंबाकडे बघत हसून म्हणाला, ''या जंगलाचा राजा होणं तुझ्या नशिबात आहे. जंगलातल्या त्या प्राण्यांना या आरश्याहून जास्त चांगली भेटवस्तू दुसरी कोणती असणार? ते जेव्हा स्वतःला ह्या आरशात पाहातील, तेव्हा ते आनंदाने इतके हरखून जातील, की त्यानंतर माझ्या हालचालींकडे त्यांचं लक्षसुध्दा जाणार नाही,'' असं स्वतःशीच पुटपुटत त्यानं तो आरसा नीट कापडात गुंडाळून बरोबर घेतला.

त्यानंतर शिकाऱ्यानं खुणेची शीळ घालून आपल्या कुत्र्याला बोलावून घेतलं. कुत्राही मोठ्यांदा भुंकत त्याच्या जवळ येऊन जोरजोरात शेपटी हलवत उभा राहिला. ''चल, आपण शकारा जंगलात शिकारीला निघालोय,''

शिकारी म्हणाला. त्याचे शब्द ऐकून कुत्रा अस्वस्थ होऊन जोराजोरात भुंकू लागला. ''अरे, काळजी नको करू,'' कुत्र्याला शांत करत शिकारी म्हणाला. ''मला एक छानसं स्वप्न पडलं होतं. त्या स्वप्रामुळेच मला एक उत्तम योजना सुचली आहे. आजपर्यंत कुणालाही जे जमलं नाही, ते मी नक्कीच करून दाखवेन, असा मला विश्वास आहे.''

सूर्यास्तापूर्वींच शिकारी आणि त्याचा कुत्रा त्या जंगलापाशी येऊन दाखल झाले. जंगलाच्या बाहेरच्या बाजूला एक झरा वाहात होता. त्या झऱ्याकाठी त्यानं आपल्या मनातला बेत एकदा मोठ्यांदा म्हणून पाहिला. ''आधी मी जंगलातल्या सर्व प्राण्यांचा विश्वास संपादन करीन. त्यानंतरच मी शिकार करीन. मला एकूण चार प्राण्यांची शिकार करायची आहे. त्यानंतर संपूर्ण जंगलात एक भीतीचं वातावरण निर्माण होईल. एकदा ते प्राणी घाबरले, की ते आपोआपच माझ्या कह्यात येतील. मग मी त्यांना माझ्या मनाप्रमाणे वागवू शकेन.''

शिकारी आणि त्याचा कुत्रा शांतपणे एका गुहेच्या तोंडाशी उभे राहिले. संध्याकाळ ओसरली तशी वटवाघळं गुहेबाहेर उडून गेली. मग शिकारी गुहेत शिरला आणि त्यानं तातडीनं गुहेचं एकुलतं एक कवाड बंद करून टाकलं. थोडीशी वटवाघळं अजूनही गुहेच्या आतच अडकली होती. ती असाहाय्यपणे पंख फडफडत इकडेतिकडे उडत राहिली. बाहेर जाण्याचा रस्ता शोधत राहिली.

शिकारी मात्र गुहेच्या आतल्या भागात लगेच स्थिरस्थावर झाला. त्याने बरोबर आणलेलं धनुष्यबाण आणि चेहऱ्यावर घालायचा मास्क लपवून ठेवला. त्याची ती आयुधं आणि तो मास्क कुणालाही दिसून चालणार नव्हता. ''एखाद्या वटवाघळानेसुध्दा माझा हा मास्क आणि धनुष्यबाण पाहता कामा नये,'' तो म्हणाला. त्याने येताना एक शंकूच्या आकाराची टोपी आणली होती. ती त्याने डोक्यावर चढवली.

''धनी, तुम्ही किती वेगळे दिसताय,'' त्याचा कुत्रा म्हणाला.

''इथे शकारामध्ये सगळ्या प्राण्यांनी मला नेहमी हे असंच बघावं, अशी माझी इच्छा आहे. माझं हेच रूप त्यांच्या ओळखीचं झालं पाहिजे,'' असं म्हणून त्याने त्या टोपीचा पट्टा आपल्या हनुवटी खाली सरकवला. मग त्याने त्या जंगलाच्या दोन नेत्यांना शोधून काढून त्यांना एक निरोप देण्यासाठी आपल्या कुत्र्याला पाठवलं.

''त्या दाढीवाल्या माकडाला आणि त्या टकलू गोरिलाला शोधून काढ. त्यांना माझा निरोप दे. मला त्यांना भेटायचंय असं सांग त्यांना.''

त्यानंतर त्या शिकाऱ्यानं एक पाटी रंगवून तयार केली. त्याने ती पाटी गुहेबाहेर लटकावून टाकली.


**मी तुमचा मित्र आहे, शत्रू नव्हे.**
**मला घाबरू नका!**
**मी तुमच्यातलाच एक आहे.**
**सर्व प्राण्यांचं इथे स्वागत आहे.**

I'M A FRIEND NOT A FOE
HAVE NO FEAR!
I'M ONE OF YOU
ALL ANIMALS WELCOME

# शिकाऱ्याची भेट

शकारा जंगलाचे दोन नेते शिकाऱ्याची वाट पाहात एका झाडाखाली थांबले होते. शिकारी तयार झाला. त्याने ती शंकूच्या आकाराची टोपी आपल्या डोक्यावर चढवली आणि चेहऱ्यावर भलंमोठं हास्य धारण करून गुहेबाहेर पडला. त्याने बरोबर तो कापडात गुंडाळलेला आरसासुद्धा घेतला होता. झाडाखाली वाट बघत थांबलेल्या गोरिला आणि माकडाच्या दिशेने चालत जात असताना त्याने डोक्यावरची टोपी अनेकदा सारखी केली.

माकडानं आपली दाढी कुरवाळत संशयास्पद नजरेनं त्या शिकाऱ्याला न्याहाळलं.

"मी इथे या जंगलात निरीक्षण आणि अभ्यास करण्यासाठी आलो आहे, शिकारीसाठी नव्हे. मी इथे तुम्हाला मदत करायला आलो आहे. तुम्हाला इजा पोचवण्यासाठी नव्हे. मी तुमचा मित्र आहे, शत्रू नव्हे. माझा केवळ एकच चेहरा आहे - मनुष्यप्राण्याचा चेहरा. मी रुग्णांना बरं करू शकतो. मला त्याविषयीचं ज्ञान आहे. मी प्राण्यांचं संरक्षण करू शकतो. माझ्याकडे अस्त्रं आहेत. पण ती केवळ स्वसंरक्षणासाठी आहेत. मी इथे रात्रंदिवस तुमच्या सेवेसाठी हजर असेन. मी फक्त चांगल्याच गोष्टी इथे आणीन. कुठलंच जंगल

मनुष्यप्राण्याशिवाय परिपूर्ण होऊ शकत नाही.'' एवढं बोलून तो क्षणभर थांबला. मग पुढे म्हणाला, ''हे ठिकाण एक आदर्श जंगल बनवण्यासाठी मी इथे आलो आहे. या ठिकाणी मनुष्य आणि प्राणी सुखानं, एकोप्यानं नांदू शकतील. माझ्या डोक्यावरच्या या टोपीमुळे तुम्ही मला लांबून सुद्धा ओळखू शकाल. मी सदासर्वकाळ ही टोपी घालतो. अगदी रात्री झोपताना सुद्धा. ही टोपी माझी आयुष्यभराची सोबतीण आहे.''

त्याचं बोलणं ऐकून शकाराच्या त्या दोन नेत्यांनी, माकडानं आणि गोरिलानं एकमेकांकडे पाहून माना डोलावल्या.

''मी पुन्हा एकदा अगदी स्पष्ट शब्दांत तुम्हाला सांगू इच्छितो. मी तुमच्यातलाच एक आहे. माझा हा चेहरा, एका मनुष्याचा चेहरा तुम्ही नीट बघा. नीट लक्षात ठेवा. माझ्यावर विश्वास ठेवा. मी तुम्हाला एक वचन देतो. मी माझ्या स्वतःशी जसा वागेन, तसाच तुमच्याशी वागेन. स्वतःला जे काही करेन, तेच तुम्हाला करेन. तुम्ही सगळे इथे अत्यंत सुरक्षित आहात. तुम्ही माझा हा मैत्रीचा संदेश जंगलातील सर्व प्राण्यांपर्यंत नेऊन पोचवा.''

शिकाऱ्यानं आपली टोपी सारखी केली. मग त्यानं बरोबर आणलेली भेटवस्तू, म्हणजेच तो कापडात गुंडाळलेला आरसा बाहेर काढला. ''हे पाहा, मी तुमच्यासाठी एक छोटीशी भेट आणली आहे. त्याने मला जेवढी मजा आली, तेवढीच मजा तुम्हालाही येईल, अशी आशा आहे.'' एवढं बोलून त्याने तो आरसा त्यांच्याकडे दिला.

दाढीवाल्या माकडाने आणि टकलू गोरिलाने त्याचे आभार मानले.

माकड आपली दाढी कुरवाळत म्हणालं, ''तू इथे या गुहेत निवांत राहा आणि तुझं काम कर. तू आमच्या सर्वांच्या शांततेचा भंग न करता इथे राहशील आणि आपण सगळे गुण्यागोविंदानं इथे राहू, अशी आम्ही आशा करतो. तुला कदाचित हे माहीत नसेल. पण आम्ही सर्व प्राणी नेहमी न्यायाने

वागतो. हे जंगल खूप मोठं आहे. आमचं इथलं ध्येयवाक्य आहे. इथे जर आमच्यासाठी जागा असेल, तर तुमच्यासाठी सुद्धा जागा असेलच!''

''आम्ही माणसं यालाच परस्परांविषयीचा आदरभाव आणि शांततापूर्ण सहजीवन असं म्हणतो.''

''तूही आम्हाला आदरानेच वागवावंस, अशी आमची अपेक्षा आहे,'' गोरिला हसऱ्या चेहऱ्याने म्हणालं.

''अर्थातच,'' शिकारी समजावणीच्या स्वरात म्हणाला. ''हे पाहा, मी तुम्हाला वचन देतो, मी तुमच्या दैनंदिन आयुष्यात जरासुद्धा ढवळाढवळ करणार नाही. आणि हो, तुम्ही अगदी मोकळेपणानं मला कधीही भेटायला इकडे या. माझे दरवाजे तुमच्यासाठी सदोदित खुलेच आहेत.''

त्यावर गोरिला हसून म्हणाला, ''तू आत्ता जे काही म्हणालास ना, ते आम्हाला पटलं. तू खरंच आमच्यातलाच एक आहेस. आम्ही एका मनुष्याला आमच्यात सहभागी करून घेऊन अगदी गुण्यागोविंदानं एकत्र राहू.''

''त्या आरशाचा मनसोक्त आनंद लुटा,'' असं म्हणून तो शिकारी तिथून दूर झाला.

त्या दोन्ही प्राण्यांनी - माकडानं आणि गोरिलानं - त्या आरशाकडे कुतूहलानं पाहिलं. त्या गोरिलाला जेव्हा आरशात त्याचं स्वतःचं प्रतिबिंब दिसलं, तेव्हा तो जरासा चिडला. त्याला वाटलं, आपल्यासमोर कुणीतरी दुसराच गोरिला उभा आहे. पण जरा वेळात त्या प्रतिबिंबाकडे निरखून पाहिल्यावर तो थोडा शांत झाला. मग त्यानं आपल्या प्रतिबिंबाकडे पाहात 'आड हाड', 'ओड हो' असे चित्रविचित्र आवाज काढले.

''अच्छा, म्हणजे माझं डोकं हे असं दिसतं तर!'' स्वत:च्या टकलावरून हात फिरवत तो म्हणाला. नंतर माकडही आरशात स्वत:च्या प्रतिबिंबाकडे पाहून हरखून गेलं. त्याला खूप मजा वाटली. त्यानं त्या प्रतिबिंबाला हात लावण्याचाही प्रयत्न केला. ते गमतीनं म्हणालं,

''अरे वा! माझी दाढी तर भारीच दिसते आहे की!''

अशा प्रकारे ते शकाराचे दोन्ही नेते आरश्यातील आपली प्रतिबिंब न्याहाळत स्वत:ची करमणूक करून घेण्यात गुंग असतानाच शिकाऱ्यानं तिथून काढता पाय घेतला.

गुहेत शिरल्यानंतर स्वत:ची टोपी काढून टाकून शिकारी स्वत:शीच मोठमोठ्यांदा हसत सुटला. ''हे प्राणी किती मूर्ख आहेत,'' तो स्वत:शी पुटपुटला. ''हे इतके बिनडोक असतील, याची मलासुद्धा खरंच कल्पना नव्हती. आणि ते दोघे? स्वत:ला मोठे या जंगलाचे नेते म्हणवून घेतात ना? हे असले मूर्ख नेते इथे असल्यामुळे माझं काम तर अधिकच सोपं होऊन गेलं.''

टप् टप् टप्

टप् टप् टप्

शिकारी करणार शिकार तडक्

टप् टप् टप्

टप् टप् टप्

शकारा माझं होणार तडक्

असं म्हणत शिकारी गुहेच्या मध्यभागी आनंदानं उड्या मारत नाचू लागला, गाऊ लागला. त्यानं सुटकेचा निश्वास टाकला. त्याचा आनंद तर गगनात मावत नव्हता. तो आपल्या

कुत्र्याकडे वळून म्हणाला, ''आता तुला एक काम आहे. बाहेर जाऊन सगळ्या प्राण्यांशी दोस्ती कर. तू त्यांच्यातलाच एक आहेस, असं त्यांना वाटलं पाहिजे, बरं का. आणि हळूहळू त्यांच्याकडून जमेल तेवढी माहिती काढून घे. कळलं ना?''

''हो, हो''

''सगळे प्राणी कुठे झोपतात ते मला जाणून घ्यायचंय.''

''ते तर फारच सोपं आहे.''

''हरीण आणि काळवीट कुठे झोपतात, त्याची माहिती मला हवी आहे.''

''ते तर खूपच सोपं आहे!''

''मला हरणांमध्ये आणि काळविटांमध्ये रस आहे.''

''आपण त्यांना शोधून काढू, बॉस!''

मग शिकाऱ्यानं सावध नजरेनं आजूबाजूच्या परिसराचं निरीक्षण केलं. ''आता इथून लवकरच मी एक गुप्त बोगदा खणायला सुरुवात करणार आहे.''

''पण तुम्ही जर इथे खणायला सुरुवात केलीत, तर त्या प्राण्यांना संशय नाही का येणार?''

''अजिबात नाही,'' शिकारी अत्यंत आत्मविश्वासानं म्हणाला. ''एक तर त्या आरशामुळे त्यांचं लक्ष दुसरीकडे वेधलं जाईल. दुसरं म्हणजे ते सगळे प्राणी इतके मूर्ख आहेत, की मी इथे काय करतोय, हे काहीही त्यांना कळणारचं नाही,'' शिकारी मोठ्यांदा म्हणाला.

''पण बोगदा कशासाठी खणायचा?''

''आपण त्याचा वापर सुरू केला, की तुला ते आपोआप कळेलच.''

त्यानंतर कित्येक दिवस, कित्येक आठवडे निर्वेधपणे गेले. खास काहीही घडलं नाही. कुत्रा अधूनमधून रानात जाऊन टेहळणी करून यायचा. जेव्हा

शिकाऱ्याला तो गुप्त भुयारी मार्ग खणण्याचं काम नसेल, तेव्हा तो डोक्यावर ती शंकूच्या आकाराची टोपी चढवून रानात इकडे तिकडे भटकायचा. काही दिवसांतच त्याचा ठरावीक दिनक्रम बसून गेला. रोज कुठे आणि कसा, किती वेळ फेरफटका मारायचा, हे सुद्धा नीट ठरलं.

"तुम्ही आम्हाला जी भेटवस्तू दिलीत, त्याबद्दल तुमचे आभार," एक दिवस गोरिला शिकाऱ्याला म्हणाला.

"मला वाटलंच होतं, तुम्हाला ती भेट आवडेल."

"आता मला किती टक्कल आहे, ते मला नीट दिसतं बरं का," गोरिला स्वत:च्या डोक्यावरून हात फिरवत म्हणाला.

"मला त्या आरशाचं काही खास कौतुक नाही," माकड म्हणालं.

* * *

''हे सगळं इतकं सोपं असेल असं मला आधी वाटलंच नव्हतं,'' एक दिवस शिकारी कुत्र्याजवळ मन मोकळं करत म्हणाला. ''आपण या गुहेत छानपैकी मुक्काम ठोकून राहिलो आहोत. त्या प्राण्यांनी आपल्याला साधा विरोधसुद्धा केला नाही. मी गुपचूप एक भुयारी मार्ग खणायला सुरुवात केल्याचं त्यांच्या साधं लक्षातही आलेलं नाही. त्या प्राण्यांचं लक्ष दुसरीकडे वेधण्यासाठी तो आरसा आणला, ते बरं झालं. आता अगदी थोड्याच दिवसांत मी त्या प्राण्यांची शिकार करीन, त्यांना घाबरवून सोडीन. त्यानंतर मी शकारावर ताबा मिळवीन. मग थोड्याच दिवसांत ते माकड आणि तो गोरिला आपण होऊनच मला त्यांचा नेता होण्याची विनंती करतील. ते माझ्या डोक्यावर मुकूट घालतील आणि म्हणतील. महाराज अमर रहे! विजेता अमर रहे! आता तुम्हीच आमचे सम्राट!''

मग त्याने डोळे मिटले. सगळे प्राणी आपल्या डोक्यावर मुकूट घालून आपल्याला खांद्यावर उचलून आपला जयजयकार करत निघाले आहेत असं दृश्य त्याच्या डोळ्यासमोर आलं. अगदी हे असंच दृश्य त्यानं स्वप्रात पाहिलं होतं. आत्ता तर ते प्राणी त्याच्यासमोर गुडघे टेकून नतमस्तक झाल्याचंही त्याला मिटल्या डोळ्यांसमोर दिसत होतं. ''माझं हे स्वप्न पूर्ण व्हायला आता फार काळ जावा लागणार नाही,'' तो म्हणाला.

*  *  *

# शिकाऱ्याचा सापळा

एक दिवस तो शिकारी नेहमीसारखा रानात फेरफटका मारायला निघालेला असताना दाढीवाल्या माकडाने आणि गोरिलाने दुरूनच त्याला पाहिलं.

"तो विचित्र टोपी घातलेला माणूस इकडेच येतोय," गोरिला म्हणाला.

"मला कधी कधी त्याचा संशय येतो," माकड कुजबुजत्या स्वरात म्हणालं. "मला वाटतं त्याचे नक्कीच काहीतरी कारभार चालले आहेत. माझं अंतर्मन मला असं सांगतंय, की हा मुळीच आपल्यातला नाहीये."

"अरे, माकडा! खरं सांगू का? मला सुद्धा त्याचा संशय येतोय. मीही तुला एकदा हे सगळं सांगणारच होतो. मला वाटतं, हा माणूस नक्की इथे प्राण्यांची शिकार करण्यासाठीच आलेला आहे. मलाही मनातून तसंच वाटतंय. आपण त्याच्यापासून जरा लांबच राहिलेलं बरं. आणि त्याच्यावर बारकाईनं नजर ठेवली पाहिजे."

* * *

असेच काही दिवस गेले.

आता पुढचं पाऊल उचलण्याची वेळ जवळ येऊन ठेपली आहे, अशी त्या शिकाऱ्याची खातरी पटली होती. आता सापळा रचणं आवश्यक होतं. त्याने आपल्याबरोबर कपड्यांत लपवून आणलेला, प्राण्यांना पकडण्याचा सापळा बाहेर काढला.

आजूबाजूला बघणारं कुणी नाही याची व्यवस्थित खात्री पटल्यावर त्यानं तो सापळा नेऊन काळविटं

जिथे झोपत असत त्या जागेजवळ नेऊन लावला. एव्हाना बऱ्यापैकी अंधार झालेला होता. मग शिकारी आणि त्याचा कुत्रा गुहेच्या आत लपून बसले.

''आता या सापळ्यात एखादं काळवीट अडकलं तर बरं,'' शिकारी देवाची प्रार्थना करत म्हणाला.

त्याने अजूनही डोक्यावरची ती कोनाकृती टोपी तशीच ठेवली होती. तो गुहेत लपून पुढे काय घडतं त्याची वाट पाहात होता. थोड्याच वेळात त्याला किंकाळ्या ऐकू येऊ लागल्या. त्यांचा आवाज वाढतच गेला. आता तो आवाज खूप जवळून येऊ लागला होता.

''लवकर बाहेर या. इथे आम्हाला तुमच्या मदतीची गरज आहे,'' गोरिला गुहेच्या दारासमोर येऊन ओरडत होता.

ते ऐकताच शिकारी घाईने गुहेबाहेर गेला. ''का बरं? काय झालं? मी तुमच्यासाठी काय करू ते तरी सांगा.''

''चला माझ्या मागोमाग,'' असं म्हणून तो गोरिला भराभरा रानाच्या दिशेने चालू लागला. ''हे बघा, आम्हाला तुमच्या मदतीची गरज आहे. एक काळवीट कशात तरी अडकून बसलं आहे. त्याला त्यातून कसं सोडवायचं, ते आम्हाला नीट कळत नाहीये.''

शिकारी धावतच त्या गोरिलाच्या मागोमाग निघाला. ते काळवीट ज्या ठिकाणी अडकून बसलं होतं, तिथे दोघंही येऊन पोचले. जवळच ते माकड असाहाय्यपणे उभं होतं. शिकाऱ्याने धापा टाकतच त्या काळविटाकडे पाहिलं. ते जखमी झालं होतं. कुणीतरी आपली या वेदनांमधून सुटका करावी या आशेने बिचारं उभं होतं.

''हा काहीतरी विचित्रच प्रकार दिसतोय. हे असलं मी तरी माझ्या उभ्या आयुष्यात कधीही पाहिलेलं नाही. पण तरीही मी या काळविटाला यातून सोडवण्याचा माझ्या परीने प्रयत्न करतो,'' तो शिकारी म्हणाला.

त्याने अगदी हळूहळू त्या सापळ्यातून काळविटाची सुटका केली. माकड ते सर्व बारकाईने बघत जवळच उभं होतं. शिकाऱ्यानं आपलं काम नीट पूर्ण केल्यावर गोरिलाने त्याचे आभार मानले.

''आम्ही खरंच तुझे आभारी आहोत. आज जर इथे तू नसतास, तर आम्ही काय केलं असतं?''

''मी पूर्वीही तुम्हाला हे सांगितलंच आहे. पण आता परत एकदा सांगतो. मी इथे तुम्हाला मदत करायलाच आलो आहे. इजा करायला नव्हे. मी काही शिकारी नाही. मी तुमच्यातलाच एक आहे. आता तरी तुमची त्याबद्दल खात्री पटली असेल, अशी मी आशा करतो.''

''हो. आता माझाही तुझ्यावर विश्वास बसला आहे,'' गोरिला हसून आपल्या टकलावरून हात फिरवत म्हणाला.

माकडाने तो सापळा मागून घेतला. शिकाऱ्याने काहीशा अनिच्छेनेच तो माकडाच्या हाती सुपूर्द केला.

शिकारी गुहेत शिरून जोरजोरात हसत सुटला. ''सगळे प्राणी माझ्या बोलण्याला भुलले. या रानाचे नेतेसुद्धा किती मूर्ख आहेत. आता यांच्यासाठी माझ्याशिवाय दुसरं कोण सापळा लावणार? आणि तरीही त्यांना अजूनही

असंच वाटतंय, की मी त्यांच्यातलाच एक आहे. आता आणखी एक पाऊल उचलण्याची वेळ जवळ आली आहे. आता मी शिकारीला सुरुवात करणार. त्या प्राण्यांना माझा काहीही संशय येणार नाही.''

त्या शिकाऱ्यानं आपलं धनुष्य आणि थोडेसे बाण बाहेर काढले. ''आणि आज पौर्णिमेची रात्र आहे. स्वच्छ चांदणं पडलंय. आणखी काय हवं? शिकार करण्यासाठी अगदी योग्य वातावरण आहे. फार अंधारही नाही आणि फार जास्त उजेडही नाही,'' स्वतःशी पुटपुटत त्यानं चेहऱ्यावर मुखवटा चढवला.

शिकारी पहाट होण्याच्या थोडं आधीपर्यंत दबा धरून बसला होता. अखेर बरेचसे काळवीट गाढ झोपून गेल्याची खात्री झाल्यावर त्या अरुंद भुयारी मार्गातून अंग चोरून कशीबशी वाट काढत शिकारी आणि त्याचा कुत्रा बाहेर पडले. ते गुहेच्या मागच्या बाजूने बाहेर पडले, तेव्हा बाहेर अंधार होता. शिकारी आपल्या कुत्र्याला म्हणाला, ''सगळे काळवीट एकत्र जमून जिथे झोपतात, त्या जागी मला घेऊन जा. आणि हो, एकदा मी शिकार केली ना, की त्यानंतर गुहेकडे वेगळ्या मार्गाने परत जायचं, बरं का. गुहेकडे जातानाच्या वाटेवर माझ्या मागोमाग चालत ये आणि येताना माझ्या पावलांचे ठसे काळजीपूर्वक पुसून टाक. समजलं ना?''

''हो, हो. समजलं,'' कुत्रा म्हणाला आणि एकदा भुंकला.

शिकारी आणि त्याचा कुत्रा अगदी सावकाश, दबत्या पावलांनी, जराही आवाज न करता काळोखात रानातल्या वाटेने चालू लागले. त्यांनी ती वाट आधीच हेरून ठेवली होती.

''काळवीट इथून फार दूर नाहीत,'' कुत्रा कुजबुजत्या स्वरात म्हणाला.

''आता तू जाऊन झुडुपात लपून बस. मला इथून वाट सापडेल. पण प्राण्यांना मात्र माझा खरा चेहरा दिसता कामा नये. त्यांना हा मुखवटाच दिसला पाहिजे,'' असं म्हणून शिकारी एकटाच त्या नीरव शांततेत पुढे चालू लागला.

कुत्रा आपल्या मालकाची आज्ञा पाळून झुडपात लपून बसला.

शिकारी चेहऱ्यावर मुखवटा घालून, हातात धनुष्यबाण घेऊन दबत्या पावलांनी त्या काळविटांच्या जवळ जाऊन पोचला. तो पुरेसा जवळ पोचताच त्याने तोंडातून एक विचित्र आवाज काढला. त्याबरोबर ती काळविटं घाबरून जोरात सैरावैरा पळत सुटली. शिकारी वाट पाहात तसाच थांबला होता. ते सापळ्यात अडकून जखमी झालेलं काळवीट मात्र पळण्याची व्यर्थ धडपड करत होतं. पण त्याला नीट पळता येत नव्हतं.

शिकाऱ्याने नेम धरून त्या जखमी झालेल्या छोट्याशया काळविटाला बाण मारला. बाण त्याच्या मानेत घुसून ते खाली कोसळलं. शिकाऱ्याने घाईघाईने ते काळवीट एका कापडात गुंडाळलं. त्याच्या मानेतून वाहणारं रक्त जमिनीवर कुठेही सांडू नये, याची त्याने नीट खबरदारी घेतली होती. आता कुत्रासुद्धा त्याच्या लपलेल्या जागेतून बाहेर पडून शिकाऱ्यापाशी आला. मग दोघे वेगळ्या मार्गाने गुहेकडे परत निघाले. कुत्र्याने इमाने इतबारे, अगदी काळजीपूर्वक शिकाऱ्याच्या पायाचे ठसे पुसून टाकले.

ते दोघं चालता चालता एका झऱ्यापाशी आले. झरा ओलांडून ते शकाराच्या दुसऱ्या भागात येऊन पोचले. मग झऱ्याच्या वाहण्याच्या दिशेने खाली चालत आले. ही वाट पुढे जाऊन थेट गुहेच्या मागच्या भागी त्या गुप्त भुयारी मार्गाच्या तोंडाशी पोचत होती. भुयारी मार्गाच्या तोंडाशी पोचल्यावर शिकारी आणि त्याचा कुत्रा त्यांची शिकार घेऊन अंग चोरून त्या अरुंद बोगद्यात शिरले आणि गुहेत जाऊन पोचले.

शिकारी त्या शिकारीच्या जागेपासून निघून गेल्यावर काही क्षणातच दाढीवालं माकड आणि टकलू गोरिला तिथे जाऊन पोचले. काळविटांवर झालेल्या हल्ल्याची बातमी ऐकून दोघांनाही जबरदस्त धक्का बसला होता आणि त्यामुळेच ते घटनास्थळी आले होते.

''इथे कुणीतरी शिकारी दडून बसला आहे. आपण सर्व जण त्याचं लक्ष्य आहोत. त्याच गोष्टीची मला भीती वाटतेय.''

गोरिलाच्या बोलण्यावर दाढीवालं माकड जरा वेळ काहीही न बोलता गप्प बसलं. त्यानं जोरजोरात डोकं हलवलं. जरा वेळाने ते म्हणालं, ''हे सगळं फार विचित्र आहे. ज्या प्राण्याने काळविटावर हल्ला केला होता, त्याचा चेहरा फार विचित्र होता. या आधी कुणीच तो कधी पाहिलेला नव्हता.''

जरा वेळाने पहाट झाली. थोडासा उजेड झाल्यावर गोरिलाने तो प्रदेश अक्षरशः विंचरून काढला. कुठेच पावलांच्या खुणा, ठसे असं काही दिसत नव्हतं. जमिनीवर कुठे रक्तसुद्धा सांडलेलं नव्हतं. गोरिला आणि माकड यांनी एकमेकांकडे पाहिलं. दोघंही बुचकळ्यात पडले होते. ''हे खरंच काळजी करण्यासारखंच आहे.'' गोरिला डोकं चोळत म्हणाला.

माकडाने होकार दिला. ''हा जो कोणी शिकार करणारा प्राणी आहे, त्याला आपण ओळखत नाही. जर दुसऱ्या कुठल्या प्राण्याने ही शिकार केली असती,

तर त्याच्या पावलांचे किंवा पंज्याचे ठसे आपल्याला इथे नक्की दिसले असते. शिवाय त्याने ते काळवीट जमिनीवरून फरफटत ओढत दुसरीकडे नेलं असतं, त्यामुळे त्याचं रक्तसुद्धा सांडलेलं दिसलं असतं ना इथे.''

''आपण त्या गुहेत राहणाऱ्या माणसाकडे जाऊन त्याचं या सगळ्या बाबतीत काय मत आहे, ते विचारून पाहू.''

त्यानंतर काही तासांनी माकड आणि गोरिला शिकाऱ्याच्या गुहेपाशी जाऊन पोचले. शिकारी बाहेर येताच माकड अदबीने म्हणालं, ''काळविटांवर हल्ला झाल्याचं तुमच्या कानावर आलंच असेल ना? तुम्हाला त्याविषयी काही अधिक माहिती आहे का? तुम्ही काही संशयास्पद पाहिलंत का?''

त्यावर शिकारी म्हणाला, ''तुम्ही ज्या हल्ल्याविषयी बोलताय, त्याविषयी मला तर काहीच माहीत नाही. मी काही पाहिलंही नाही, काही ऐकलंसुद्धा नाही. काही वेगळं, विचित्र तर अजिबातच नाही. खरं सांगू का? मी कधी रात्रीचं जागरण वगैरे करत नाही. मी रात्रभर अगदी गाढ झोपलो होतो,'' असं म्हणून तो आपल्या कुत्र्याबरोबर फेरफटका मारायला निघून गेला.

पुढचे कित्येक आठवडे संपूर्ण प्राणीजगतात काळजीचं आणि भीतीचं वातावरण पसरलं होतं.

पौर्णिमेच्या दिवशी शिकारी आपल्या कुत्र्याला म्हणाला, ''आज आपण शिकार करायची. या खेपेला एका लहानशा हरणाची शिकार करायची.''

पहाट होण्यास थोडा अवकाश असतानाच शिकारी आणि त्याचा कुत्रा त्या गुप्त मार्गाने बाहेर पडले. ते थेट हरणं जिथे झोपली होती त्या जागेपाशी जाऊन पोचले. शिकाऱ्याने आपला मुखवटा चढवून मोठा आवाज काढून त्या हरणांना घाबरवलं. सगळीकडे एकच गोंधळ उडाला. शिकाऱ्याने एका लहानशा हरणाची शिकार करून त्याला व्यवस्थित गुंडाळून घेतलं. जमिनीवर त्याचं रक्त सांडणार नाही याची नीट खबरदारी घेतली. कुत्र्याने शिकाऱ्याच्या

पाऊलखुणा पुसून टाकल्या. आधीच्या खेपेला त्यांनी जे केलं होतं, तसंच याही खेपेला सगळं केलं. ते निराळ्याच मार्गाने गुहेच्या पाठीमागच्या गुप्त बोगद्याच्या तोंडापाशी येऊन पोचले. हरीण अगदीच छोटं असल्यामुळे त्या निमुळत्या बोगद्यातून गुहेत जाताना त्या दोघांना काही अडचण आली नाही.

शिकाऱ्याचा तर स्वतःच्या नशिबावर विश्वासच बसत नव्हता. ''हे इतकं सोपं असेल, असं मला कधी वाटलंच नव्हतं. मी ठरवलेला सगळा बेत अगदी व्यवस्थित पार पडण्याच्या मार्गावर आहे. आता ह्या प्राण्यांना माझे प्रजाजन कसे बनवायचे, यावर नीट विचार करायला हवा. ते करण्यासाठी मला काहीतरी धक्कादायक गोष्ट केली पाहिजे. म्हणजे प्राण्यांच्या मनात भीती, संदेह आणि अविश्वास निर्माण होईल. असं काहीतरी केलं पाहिजे, ज्यामुळे सगळे प्राणी घाबरतील. मग सगळे माझ्याकडे मदतीची याचना करण्यासाठी धावून येतील. या संकटापासून मी त्यांना वाचवावं, अशी माझी विनवणी करतील. मग त्याच संधीचा फायदा घेऊन मी त्यांना माझे प्रजाजन बनवीन.''

त्यानंतर तो शिकारी जोरजोरात टाळ्या पिटत आनंदाने नाचू लागला.

टप् टप् टप्

टप् टप् टप्

शिकारी करणार शिकार तडक्

टप् टप् टप्

टप् टप् टप्

शकारा माझं होणार तडक्


शिकाऱ्याचं बढाया मारणं चालूच होतं. ''मी या कामात नक्की यशस्वी होणार, अशी माझी खात्रीच होती. जे दोघे स्वतःला या शकाराचे नेते म्हणवून घेत आहेत ना, तेच एक दिवस इथे येऊन स्वतःच्या हातांनी माझ्या डोक्यावर

मुकूट चढवतील. 'महाराजांचा विजय असो! विजेत्याचा विजय असो!' अशा घोषणा तेच देतील.''

इकडे रानात माकड आणि गोरिला चिंताग्रस्त मुद्रेने एकमेकांकडे बघत बसले होते. अंधार दाटून आला होता. ''मला आजपर्यंत इतकं अस्वस्थ कधीच वाटलं नव्हतं,'' माकड म्हणालं. ''पण कधीकधी असं वाटतं, की आता काहीतरी अघटित घडणार आहे. सूर्य मावळला आणि अंधार पडायला लागला की धोका असल्याची जाणीव होते.''

त्यावर टकलू गोरिला एक सुस्कार टाकत म्हणाला, ''तुला काय म्हणायचंय, ते लक्षात येतंय माझ्या. मलासुद्धा मध्येच कधीतरी विचित्र चेहरे दिसतात. कधी इथे, तर कधी तिथे. पण मुळात हा विचित्र चेहरा आला कुठून. आजकाल तर मला सगळीकडेच हा विचित्र चेहरा असल्याचा भास होतो. पण नीट निरखून पाहावं, तर तिथे काहीच नसतं. मी डोळे मिटले, की परत ते विचित्र चेहरे डोळ्यांपुढे नाचू लागतात. डोळे उघडले, की ते नाहीसे होतात.'' मग जरा वेळ थांबून गोरिला पुन्हा म्हणाला, ''पण मला एक सांग, हा माणूस आपल्या इथे राहायला आल्यापासूनच हे हल्ले सुरू झाले आहेत ना?''

''हो, हो. अगदी बरोबर.''

''मला वाटतं, आपण सरळ जाऊन त्याला जाब विचारावा.''

त्यावर क्षणभर विचार करून माकड म्हणालं, ''पण आपल्याकडे काहीच पुरावा नाहीये. हरणांनी आणि काळविटांनी जो चेहरा पाहिला, तो त्या माणसाचा नव्हता. तेव्हा आपण थोडा धीर धरू. जर त्यानेच हे काम केलं असलं, तर आपण त्याला पकडू.''

''पण कसं?'' गोरिला म्हणाला.

''तो माणूस आहे. तेव्हा तो कधीतरी एखादी चूक करेलच. मग आपण त्याला धरायचा.''

''ठीक आहे. आपण तसं करू. पण खरंतर मला हे काही पटलेलं नाही,'' गोरिला म्हणाला.

त्यानंतर पुढचे कित्येक दिवस शकारातले सर्व प्राणी त्या शिकाऱ्यावर करडी नजर ठेऊन होते. पण गोरिलाला मात्र आता राहवेना. एक दिवस झाडाच्या फांदीवरून खाली उडी मारून तो सरळ त्या शिकाऱ्यापुढे जाऊन उभा राहिला. त्याने त्याला जाब विचारला.

पण शिकाऱ्याने साफ कानावर हात ठेवले. त्याने परत तेच उत्तर दिलं. ''मी रात्रीचं जागरण करत नाही. आणि तुम्ही माणसाचा चेहरा पाहिलात का? मी तर झोपतानासुद्धा माझी ही टोपी घालून झोपतो. मग ज्यांनी कुणी त्या शिकार करणाऱ्याला पाहिलं, त्याने ही अशी टोपी घातलेली होती का? आणि मुळात मला कुठल्या प्राण्यावर हल्ला करण्याचं कारणच काय? माझ्यावर विश्वास ठेवा. माझ्याकडे हा फक्त एवढा एकच चेहरा आहे. माणसाचा चेहरा तुम्हाला आनंद मिळावा, म्हणून तुम्हाला मी तो आरसा भेट दिला. मी तुम्हाला त्रास किंवा दुःख देण्यासाठी इथे आलेलो नाही. मी इथे फक्त एक उद्दिष्ट डोळ्यांसमोर ठेवून आलोय, ते म्हणजे या रानाचा सांभाळ करणं.''

''पण तू इथे राहायला आल्यानंतरच हे सगळे हल्ले सुरू झाले आहेत. ते कसे काय?'' गोरिलाने विचारलं.

''निव्वळ योगायोग'' शिकारी म्हणाला.

त्यावर गोरिला गप्प बसला. शिकारी तिथून निघून गेला.

माकड आणि गोरिला अजूनही रानात कडक पहारा देत होते. त्या रात्री कमालीची शांतता पसरली होती. दाढीवालं माकड त्या शांततेचा भंग करत म्हणालं, ''आपल्यावर हल्ला नक्की कोण करतंय, ते एकदा कळलं पाहिजे. म्हणजे मग हल्लेखोरावर प्रतिहल्ला कसा करायचा, याचं आपल्या वाडवडिलांनी आपल्याला जे शिक्षण दिलं आहे, त्याचा आपण उपयोग करू

शकू.'' मग क्षणभर थांबून माकड पुढे म्हणालं, ''शत्रू कोण याची माहिती असणं फार गरजेचं आहे.''

''हो, ना. ते न कळल्यामुळेच माझी फार चिडचिड होतेय...''

माकड पुढे बोलतच राहिलं. ''आपल्या पूर्वजांनी अनेक वेळा लढायांमध्ये हल्लेखोरांना चीतपट केलं, कारण त्यांना हल्लेखोरांविषयी पूर्ण माहिती होती. पण आपल्या पुढचा मुख्य प्रश्न हाच आहे, की आपल्यावर नेमकं कोण हल्ला करतंय, तेच मुळी आपल्याला ठाऊक नाहीये.''

गोरिलाने भला मोठा निश्वास सोडून मान डोलावली. ''आणि या हल्लेखोराचा तो विचित्र चेहरा आपण यापूर्वी कधीच पाहिलेला नाही.''

इतक्यात जवळच एक फांदी मोडून पडली. माकड आणि गोरिला या दोघा नेत्यांनी घाबरून इकडे तिकडे पाहिलं.

''आधी काळविटावर हल्ला झाला, त्या पाठोपाठ हरणावर. मला तर असं वाटतंय, की एखादा हात पुढे होऊन आपल्यावर कोणत्याही क्षणी घाला घालेल. रात्रीच्या वेळी अचानक कुणीतरी आपल्यावर वार करेल. हे असंच जर चालू राहिलं, तर आपल्याला जगणंच अशक्य होऊन जाईल. अरे, माकडा! आपण आता करायचं तरी काय?''

''वाट पाहायची. सारं काही ठीक होईल अशी आशा करायची.''

# शिकाऱ्याच्या हातून घडली चूक

टप् टप् टप्
टप् टप् टप्
शिकारी करणार शिकार तडक्
टप् टप् टप्
टप् टप् टप्
शकारा माझं होणार तडक्

एक दिवशी संध्याकाळी शिकारी नेहमीप्रमाणे त्याचं आवडतं गाणं गुणगुणत नाच करत होता.

"मालक, तुम्ही एवढे खूश का आहात?" कुत्रा म्हणाला.

"अरे, माझं स्वप्न पूर्ण होण्याची वेळ आता जवळ आलेली आहे," शिकारी म्हणाला.

"हे तुम्हाला कसं काय माहीत?"

''मला ते अंतर्मनातून जाणवलंय,'' शिकारी उत्साहाने म्हणाला. मग तो घाईघाईने गुहेतून आपला मुखवटा, धनुष्यबाण, गलोल वगैरे घेऊन बाहेर आला. शिकारीला निघण्याआधी त्याने नेहमीप्रमाणे आपली हत्यारं नीट तपासून पाहिली. ''आज पौर्णिमा. आज आपण शिकारीला जायचं, बरं का!''

''आता आपण कसली शिकार करायची?''

''हरणाची. हरणाचं मास खायला किती रुचकर लागतं म्हणून सांगू? मी एकदा हरणाची शिकार केली होती. आता पुन्हा पुन्हा हरणाचीच शिकार करणार आहे मी!'' शिकारी बढाया मारत म्हणाला.

मध्यरात्र उलटून गेल्यावर, पहाट होण्याआधीच शिकारी आणि त्याचा कुत्रा गुप्त भुयारी मार्गाने बाहेर पडले. अंधारात ते शकारा रानाच्या मध्यभागी जाऊन पोचले. आजूबाजूला उंच उंच झाडांची गर्दी होती. हरणांचा कळप ज्या ठिकाणी गाढ झोपला होता, तिथून काही अंतरावर कुत्रा थांबला. शिकारी दबत्या पावलांनी पुढे गेला. जवळ जाऊन त्याने तोंडाने विचित्र आवाज काढला. हरणं त्या आवाजाने दचकली आणि घाबरून सैरावैरा पळत सुटली.

शिकाऱ्याने कोणत्याही विशिष्ट हरणावर बाण रोखून नेम धरला नाही. त्याने त्या कळपाच्या रोखाने एक बाण सोडला. तो एका धष्टपुष्ट हरणाच्या मानेला लागला. जखमी हरीण जीव वाचवण्यासाठी पळण्याची धडपड करू लागलं, पण थोड्याच वेळात घायाळ अवस्थेत जमिनीवर कोसळलं.

शिकारी प्रचंड खूश झाला. ''हे तर फारच सोपं होतं,'' तो म्हणाला. आता आपली शिकार उचलून गुहेकडे घेऊन जायला हवी, असा विचार करून तो त्या हरणाला कापडात नीट गुंडाळण्याची तयारी करू लागला. मग त्याच्या लक्षात आलं, ते हरीण तर फारच जड होतं. आता काय करायचं?

हातांत वेळ तर फारच कमी होता. शकाराचे नेते माकड आणि गोरिला कोणत्याही क्षणी तिथे येऊन दाखल होण्याची शक्यता होती. एव्हाना फटफटू

लागलं होतं. जसजसा वेळ जाईल, तसतसा उजेड तर वाढतच जाणार होता. अखेर त्या जाडजूड हरणाला ओढत फरफटत गुहेकडे घेऊन जाण्याचा शिकाऱ्याने निर्णय घेतला.

विजयाच्या आनंदात शिकाऱ्याने गुहेत परत जाण्यासाठी पूर्वीसारखा लांबचा रस्ता निवडला नाही. त्याला लवकरात लवकर शिकार घेऊन गुहेत जाण्याची घाई झाली होती. गुप्त भुयारी मार्गापाशी गेल्यावर त्याच्या एक गोष्ट लक्षात आली. ''अरे बापरे! एक मोठीच अडचण आहे. या निमुळत्या बोगद्यातून हे एवढं मोठं हरीण आत कसं काय न्यायचं?''

या अनपेक्षित हल्ल्यांना सुरुवात झाल्यापासून अशा प्रकारची घटना घडताच दाढीवालं माकड आणि टकलू गोरिला घाईघाईने घटनास्थळी धाव घेत असत. आत्ताही दोघे तात्काळ त्या ठिकाणी आले.

पुरेसा प्रकाश झाल्यावर माकड शोधक नजरेने इकडेतिकडे पाहू लागलं आणि लवकरच त्याच्या तीक्ष्ण दृष्टीने काहीतरी टिपलं. ''जरा लवकर इकडे ये बरं,'' ते ओरडून गोरिलाला म्हणालं. ''इथे पावलांच्या खुणा दिसतायत आणि रक्ताचे डागसुद्धा आहेत.''

''हे जरा नवलच आहे,'' गोरिला म्हणाला.

''हो ना. अशा प्रकारचा पुरावा आपल्या हाती पहिल्यांदाच लागला आहे.''

''मानवी पावलांचे ठसे आहेत हे,'' गोरिला बराच वेळ त्या ठशांकडे निरखून पाहिल्यानंतर म्हणाला.

दोन्ही नेत्यांना जबरदस्त धक्का बसला होता. ते जरा वेळ आश्चर्यचकित होऊन एकमेकांकडे पाहातच राहिले. मग सावकाश त्या पाऊल खुणांचा आणि रक्ताच्या डागांचा पाठपुरावा करत ते वाटेने पुढे पुढे जाऊ लागले. अखेर ती वाट त्यांना थेट शिकाऱ्याच्या गुहेकडे घेऊन गेली. अचंबित होऊन ते त्या जागी खिळल्यासारखे उभे राहिले.

''मानवी पायांचे ठसे, तेही अगदी ताजे ताजे दिसत आहेत,'' गोरिला संतप्त होऊन म्हणाला.

''म्हणजे हा माणूस आपल्याशी खोटं बोलला, खोटं वागला. या माणसाने आपला विश्वासघात केला. आपल्याशी प्रतारणा केली.''

''पण तू जरा थांब,'' माकड त्याला शांत करत म्हणालं. ''आपण उगाच घाईघाईने कोणताही तर्कवितर्क करण्यात अर्थ नाही. अजूनही आपली १०० टक्के खातरी पटलेली नाही. कदाचित हा एक योगायोगही असू शकेल. असंही असेल, की हे एखाद्या वेगळ्याच माणसाचं कृत्य असेल आणि त्याचा आळ या माणसावर यावा, म्हणून त्यानं हा सगळा बनाव रचला असेल.''

''पण या अख्ख्या शकारामध्ये हा एकच तर माणूस आहे,'' गोरिला त्याला थांबवत म्हणाला.

''हे सर्व हल्ले याच माणसाने केले असल्याचा खातरीशीर पुरावा जोपर्यंत आपल्या हाती लागत नाही, तोपर्यंत आपण त्याला संशयाचा फायदा दिलाच पाहिजे.''

''आता आणखी काय पुरावा हवा तुला?'' गोरिला म्हणाला.

''पण आपल्या माहितीप्रमाणे त्याला तर एकच चेहरा आहे. आणि हरणांच्या दृष्टीला जो चेहरा पडला होता, तो माणसाचा चेहरा नव्हता.''

''मला आणखी कोणत्याही पुराव्याची गरज नाही,'' गोरिला संतापाने धुमसत म्हणाला. तो आता पाय जमिनीवर जोरजोरात आपटत मोठ्यांदा चीत्कार करत होता.

''हा काय गोंधळ चालला आहे?'' शिकारी गुहेबाहेर येत म्हणाला.

त्यावर अत्यंत चिडलेला गोरिला त्याच्यासमोर उभा ठाकला. ''या रानातल्या प्राण्यांवर हल्ला करून त्यांना मारणारा तूच आहेस, अशी आमची आता खातरी पटली आहे,'' गोरिला शिकाऱ्याला म्हणाला.

शिकारी मात्र शांतपणे म्हणाला, ''हे पाहा, जेव्हा ते काळवीट सापळ्यात अडकून बसलं होतं, तेव्हा मीच तर त्याला सोडवलं होतं. तेव्हा माझ्यावर आरोप करण्याआधी नीट विचार करा. मी तुमच्यासाठी काय केलं आहे, ते पाहा. उगाच मी काहीतरी केलं असेल, असं स्वतःच्या मनाने ठरवू नका. मी तुम्हाला या आधीही कितीतरी वेळा सांगितलं आहे, हा बघा माझा चेहरा. मला एवढा एकच चेहरा आहे. तुमच्या त्या हरणांच्या कळपावर ज्याने हल्ला केला, तो खरचं माणूस होता का?''

''नाही. पण त्या ठिकाणी आम्हाला नुकत्या उमटलेल्या पाऊलखुणा दिसल्या. त्यांचा मागोवा घेत तर आम्ही इथपर्यंत येऊन पोचलो ना?''

''पण त्या पाऊलखुणा काही दिवसांपूर्वींच्याही असू शकतात. मी तर रोजच रानात फेरफटका मारायला जात असतो.''

गोरिलाने संशयाने शिकाऱ्याकडे पाहिलं. ''या हल्ल्यामागे तुझा काहीच हात नाही, हे मला काही पटलेलं नाही,'' तो म्हणाला.

''तू इथून चालता हो. मला सुखानं राहू दे. आपलं ठरलं होतं ना, एकमेकांच्या भानगडीत पडायचं नाही!'' शिकारी रागाने म्हणाला.

मग दाढीवालं माकड आणि गोरिला हे दोघंही तिथून निघाले.

''परस्परांचा आदर ठेवणं आणि गुण्यागोविंदानं एकमेकांसोबत राहाणं,'' शिकारी मोठ्यांदा ओरडून म्हणाला. त्यांच्या मागोमाग जाऊन त्याने जमिनीवर एक रेघ ओढली. ''आत्ताच्या क्षणापासून कोणत्याही प्राण्याने ही रेष ओलांडून आतल्या भागात यायचं नाही. कधीही या गुहेच्या जवळपाससुद्धा फिरकायचं नाही. ही सीमारेषा आहे. याच्या आतला सर्व भाग माझ्या मालकीचा आहे.''

''अरे माकडा, हा मनुष्य काय बोलतोय, कसल्या वल्गना करतोय, ऐक जरा!'' गोरिला म्हणाला.

''तू त्याच्याकडे लक्ष देऊ नको,'' माकड त्याला समजावत म्हणालं.

पण गोरिला मात्र शिकाऱ्याकडे बघत ओरडून म्हणाला, ''काय म्हणालास? हद्द? तुझ्या मालकीचा भाग?''

''हो. माझ्या मालकीचा भाग. माझी सरहद्द. माझी गुहा.''

''पण तुझ्या मालकीचा भाग आलाच कुठून? तुला हा हक्क दिला तरी कुणी? ती सरहद्द कुणाच्या परवानगीने तू आखलीस? ती गुहा तुझ्या मालकीची झाली तरी कशी?''

''हे पाहा, मला कुणाच्याही परवानगीची गरज नाही. इथे तुम्ही सरळसरळ माझ्यावर आरोप करताय, की त्या प्राण्यांवर मी हल्ला केला. त्यामुळेच आता मला माझ्या जिवाची भीती वाटू लागली आहे. मला स्वसंरक्षणासाठी काहीतरी

करायलाच हवं,'' शिकारी गोरिलाच्या डोळ्यात बघत म्हणाला. ''इथे माझे नियम मी स्वतःच बनवणार, तू कोण आलास मोठा मला शिकवणारा?''

त्यावर गोरिला संतापून शिकाऱ्याच्या अंगावर झेप घेत म्हणाला, ''या माणसाचं डोकंबिकं फिरलंय की काय?''

''हे पाहा, सर्व प्राण्यांनी माझ्या मर्यादेचं उल्लंघन करू नका. शिस्त पाळा,'' शिकारी दरडावून म्हणाला.

''मी हे काय ऐकतोय? माझा माझ्या कानांवर विश्वासच बसत नाहीये,'' गोरिला ओरडला.

या भांडाभांडीनंतर माकडानं गोरिलाला ओढून बाजूला नेलं. ''हे बघ, प्रत्येक गोष्टीची एक वेळ असते. ही वेळ वाद घालायची किंवा भांडण काढायची नाहीये. या सगळ्या प्रकाराला नेमकं कोण जबाबदार आहे, ते आपण लवकरच शोधून काढू.''

पण त्यांना ते खरंच जमणार होतं का?

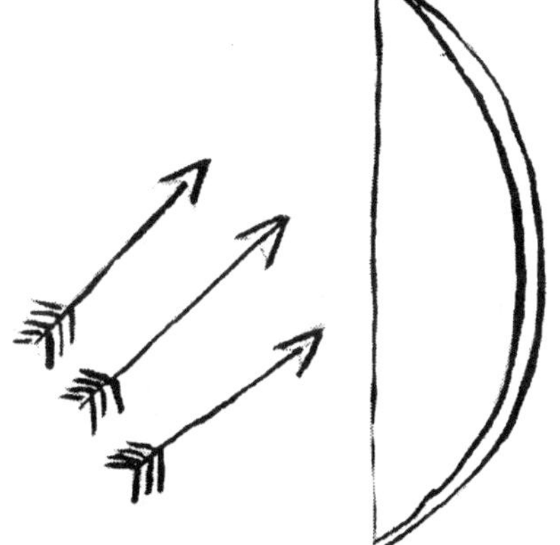

# गोरिलाने लढवली शक्कल

शकाराचे दोन्ही नेते - दाढीवालं माकड आणि टकलू गोरिला माघारी फिरले खरे, पण दोघंही संतापाने धुमसत होते.

जरा वेळाने मान हलवत गोरिला म्हणाला, ''यावर काय उपाय करायचा, ते मला माहीत आहे. आज रात्री मी झुडुपात लपून बसणार आहे. जर त्या माणसाने कुठल्याही प्राण्यावर हल्ला करण्याची जराही हालचाल केली, तर मी मागून त्याच्यावर झडप घालणार.''

ते ऐकून माकड जरा वेळ विचारात पडलं. नंतर नकारार्थी डोकं हलवत म्हणालं, ''छे, छे! असलं काहीही मुळीच करू नको.''

''जंगलातल्या प्राण्यांचं आपल्याला जर रक्षण करायचं असेल, तर आपण त्या माणसावर आधीच हल्ला चढवला पाहिजे,'' गोरिला म्हणाला.

''नाही, अजिबात नाही. तुझ्या या युत्त्या-प्रयुत्त्यांचा इथे काहीही उपयोग होणं शक्य नाही.'' माकड म्हणालं.

''पण का?''

''एक तर आज तो बहुधा हल्ला करण्यासाठी बाहेर पडणारच नाही.

त्यामुळे तुझा वेळ फुकट जाईल. शिवाय त्याच्याशी एकट्यानं सामना करणं तुला जमणार नाही. त्यामुळे तुझ्या शक्तीचाही अपव्यय होईल. तुझ्या एक गोष्ट लक्षात कशी आली नाही? जेव्हा जेव्हा प्राण्यांवर हल्ला झाला, तेव्हा तेव्हा तो पौर्णिमेला झाला.''

गोरिला मान हलवून होकार देत म्हणाला, ''हो, हो. बरोबर आहे तुझं.''

माकड शांतपणे म्हणालं, ''हे जे कुणी हल्ला करणारं आहे, त्याच्या कामाची एक ठरावीक पद्धत आहे. आपण जरा धीर धरू. आणखी बारकाईने निरीक्षण करू. आपल्याला काहीतरी दुवे नक्की सापडतील. लगेच काहीही कृती करू नको. आधी आपल्या शत्रूला नीट जाणून तर घेऊ. कोणतंही भांडण उकरून काढायच्या आधी, आपली गाठ नक्की कोणाशी पडलेली आहे, याची नीट माहिती करून घ्यायला हवी. त्यामुळे जरा धीर धरायला हवा...''

''पण आता मी फार काळ वाट पाहू शकणार नाही,'' गोरिला माकडाचं बोलणं अध्यार्त थांबवत रागाने म्हणाला. ''हे रान आणि त्यात राहणाऱ्या सर्वांचं संरक्षण करणं, हे माझं कर्तव्य आहे.''

''एक गोष्ट नीट लक्षात ठेव. त्याच्याकडे काही शस्त्रं आहेत,'' माकड म्हणालं.

''माझी कातडी जाड आहे. त्याची ती शस्त्रास्त्रं माझं काहीही वाकडं करू शकत नाहीत,'' गोरिला म्हणाला.

''तू भलता धोका पत्करू नको. आपण आणखी थोडी वाट पाहू,'' माकड म्हणालं.

''आम्हीही बुद्धिमान आहोत, आम्हीही काय कामागिरी करू शकतो, हे त्या माणसाला दाखवून देण्याची आता वेळ आली आहे,'' गोरिला म्हणाला. तो झुडुपात शिरला. त्याने गवताच्या काड्यांचं भक्कम चिलखत तयार करून ते अंगावर पांघरलं.

''त्या शिकाऱ्याने कोणतंही अस्त्र माझ्यावर चालवलं, तरी आता मला काहीही इजा होणार नाही,'' तो ते चिलखत माकडाला दाखवत म्हणाला. ''आता मी एकटा त्या माणसाचा मुकाबला करायला समर्थ आहे,'' बढाया मारत तो माणसाच्या गुहेकडे निघाला. त्याच्या पाठोपाठ माकडही निघालं.

शिकाऱ्याच्या कुत्र्याने जोरजोरात भुंकून शिकाऱ्याला सावध केलं. शिकारी हातात धनुष्यबाण घेऊन पळतच गुहेच्या बाहेर आला. ''ती हद्द ओलांडून आत एक पाऊल जरी टाकलस, तरी याद राख,'' शिकारी मोठ्यांदा ओरडून म्हणाला. गोरिलाने त्याच्याकडे साफ दुर्लक्ष केलं. ''तुला काय हवंय तरी काय?'' शिकारी म्हणाला.

''मला तुझी गुहा आतून नीट तपासून बघायची आहे,'' गोरिला म्हणाला.

''नाही. तू असं काहीही करू शकत नाहीस.''

''पण का?''

''कारण कोणत्याही प्राण्याला या गुहेत प्रवेश करण्यास बंदी आहे.''

''तू काय बोलतोयस हे?''

''ही माझी खाजगी मालमत्ता आहे.''

''या शकारामध्ये कुणाचीही कोणतीही खाजगी मालमत्ता असू शकत नाही.''

''ही गुहा म्हणजे माझी खाजगी मालमत्ता आहे, हे मी जाहीर करतो. त्याचं निरीक्षण करण्यासाठी आत घुसण्याचा तुला काही एक अधिकार नाही.''

शिकाऱ्याचं बोलणं ऐकून गोरिला म्हणाला, ''याचा अर्थ तुझ्याकडे लपवण्यासारखं काहीतरी नक्की आहे. प्राण्यांवर जे काही हल्ले झाले, त्यालाही तूच जबाबदार आहेस. आत्ता मला त्या गुहेत निरीक्षण करायला परवानगी दे.'' असं म्हणत तो गोरिला पुढेपुढे येऊ लागला.

''थांब. तिथेच थांब. हद्द ओलांडू नको.''

पण शिकाऱ्याकडे दुर्लक्ष करून गोरिला तसाच पुढे झाला.

शिकाऱ्याने नेम धरून गोरिलावर बाण सोडला. पण बाणाने गोरिलाला काहीही इजा झाली नाही. त्याच्या अंगावरच्या चिलखतावर आपटून बाण जमिनीवर पडला. गोरिला खूश होऊन म्हणाला, "बघ. मी पूर्ण तयारीनिशी आलो आहे. तुझ्या या बाणांनी माझं काहीही वाकडं होणार नाही.''

तो नाचत उड्या मारत शिकाऱ्याच्या दिशेने जाऊ लागला. आता शिकाऱ्याने दगड उचलून आपल्या गलोलीतून तो गोरिलाच्या दिशेने मारला. गोरिलाला काही कळायच्या आत तो दगड त्याला उजव्या डोळ्याला जोरात लागला. त्याला भयंकर वेदना झाल्या आणि तो अडखळून खाली पडला. गोरिलाने उजवा डोळा हाताने घट्ट दाबून धरला. त्यातून रक्त येत होतं. "आSSS,'' तो जोरात किंचाळू लागला, "या माणसाने मला मारलं. या माणसाने मला मारलं!''

त्या किंकाळ्या ऐकून माकड धावतच गोरिलापाशी आलं. "मला काही दिसत नाहीये! काही दिसत नाहीये,'' वेदनेने कण्हत गोरिला म्हणाला.

शिकाऱ्याने गुहेत शिरून गुहेचं दार लावून घेतलं. "केव्हा ना केव्हातरी मी या प्राण्यांना चांगली अद्दल घडवणारच आहे,'' तो आपल्या कुत्र्याला म्हणाला. कुत्रा भीतीने थरथर कापत नुसता भुंकत होता. "खरंतर या प्राण्यांना काय ते दाखवून द्यायलाच हवं. मी काही इथे या प्राण्यांशी खेळायला, त्यांची करमणूक करायला आलेलो नाही. मी इथे त्यांच्यावर विजय मिळवण्यासाठी आलो आहे. त्यांना थोडी मानवी मूल्यं शिकवण्याची, थोडी शिस्त लावण्याची वेळ आता जवळ आली आहे. एखादा माणूस शस्त्रास्त्रांच्या साहाय्याने काय

हवं ते करू शकतो, हे त्या प्राण्यांना समजलचं पाहिजे. प्राण्यांच्या नशिबात जो काही भोग असेल, तो त्यांनी भोगलाच पाहिजे. ही गोष्ट त्यांच्या जितकी लवकर लक्षात येईल, तेवढं बरं. नियम म्हणजे नियम. त्यांनी काहीही केलं, तरी नियमांत अजिबात बदल होणार नाही म्हणजे नाही.'' एवढं बोलून तो शिकारी क्षणभर थांबला. मग पुढे म्हणाला. ''आज मी त्या गोरिलाला चांगलाच धडा शिकवला आहे. तो आता जन्मात कधीही तो धडा विसरणार नाही. मी जर या इथल्या प्राण्यांच्या मनात माझ्याविषयी भीती निर्माण केली, तरच मी या रानावर, या प्राण्यांवर राज्य करू शकेन. आजपासून मी घालून दिलेल्या मर्यादेचं उल्लंघन करून इथपर्यंत पोचण्याची एकाही प्राण्याची हिंमत होणार नाही. मला आव्हान देण्याचं धाडस कुणी करणार नाही. माझ्याकडे शस्त्रं आहेत आणि त्यांचा मी वापर करू शकतो, हे आता सर्वांना कळून चुकलंय. त्या प्राण्यांना आता जरी मी आवडेनासा झालो, तरी त्याने मला काही फरक पडत नाही. त्यांनी मला घाबरलं पाहिजे. माझ्यासाठी फक्त तेवढंच महत्त्वाचं आहे. भीती वाटणं चांगलंच असतं. शक्ती ही नेहमीच श्रेष्ठ असते. महाराजांचा विजय असो! विजेता अमर रहे! शकारा कायमचं माझं होणार!''

* * *

त्यानंतर बरेच दिवस गेले. रानात दूरवर एका ठिकाणी गोरिला विश्रांती घेत

होता. त्याच्या डोळ्याची जखम आता भरत आली होती. माकड त्याच्याशीच बोलत होतं. एक भला मोठा सुस्कारा सोडून ते म्हणालं, ''आपल्याला अजून खूप धडे शिकायचे आहेत. त्या माणसासमोर त्याचं खरं रूप उघडं करायला, त्याला सत्य सांगायला गेलो, तर तो फारच धोकादायक वागतो आहे.''

गोरिलालाही ते पटलं, त्याने जोरजोरात मान हलवली.

''तुझ्या शक्तीवर तुझा फार जास्त विश्वास होता ना?''

''हो, ना.'' गोरिला म्हणाला.

''आणि त्याच्या अंगात किती ताकद आहे, याचा तुला अंदाज आला नाही.''

''हो. तेही बरोबर आहे.''

''इथेही गोरिलाची शक्कल कामी आली नाही.''

''अगदी खरं आहे. अरे तो माणूस इतका दुष्ट, नीच आणि उलट्या काळजाचा असेल, याची मी कल्पनाही केली नव्हती.''

''हे बघ, शेवटी तो एक माणूस आहे, हे विसरू नको.''

''मी तुला आधीच सांगितलं आहे, आपल्याला धीर धरावा लागणार आहे. तेव्हा आपण जरा थांबू. वाट पाहू,'' माकड म्हणालं. ''आपण प्राणी एवढे

दिवस सुखासमाधानाने या रानात राहात आहोत, ते काही उठसूट संतापल्यामुळे, मारामारीवर उतरल्यामुळे नाही. आपण इथे गुण्यागोविंदाने राहातोय, कारण आपण आपल्या रागावर नियंत्रण करतो. सर्वकाही धीरानं घेतो. आजवर या रानातील प्राण्यांवर कोणताही माणूस हुकुमत गाजवू शकला नाही, येथील प्राण्यांची शिकार करू शकला नाही, याचंही एक कारण आहे. आपण इथे नेहमी डोळ्यात तेल घालून वावरत असतो. आपण कोणत्याही प्रकारच्या संकटाचा कणखरपणे सामना करतो. आपण सर्व बुद्धिमान आहोत. याच गुणांच्या जोरावर आपण आपल्या शत्रूवर आजवर मात करत आलो!''

''तुला काय म्हणायचंय, ते आलंय माझ्या लक्षात.''

''आपल्याला त्या माणसाला समजून घेण्यासाठी अजून थोडा वेळ हवा. त्याच्याकडे कोणती शस्त्रास्त्रं आहेत, त्याची आपण माहिती काढली पाहिजे. त्याच्याकडे काही गुप्त आयुधं आहेत, हे आपल्याला कुठे माहीत होतं? उदाहरणार्थ, त्याने तुला जखमी करण्यासाठी नक्की काय वापरलं? पण आज ना उद्या त्या माणसाची इथून कायमची हकालपट्टी करण्याचा मार्ग आपल्याला सापडेल, हे मात्र नक्की.''

जरा वेळ शांतता पसरली.

काही वेळाने ते माकड म्हणालं, ''आता आपण काहीतरी वेगळी शक्कल लढवून त्या माणसाला खिंडीत गाठू या.''

''पण कसं?'' गोरिला म्हणाला.

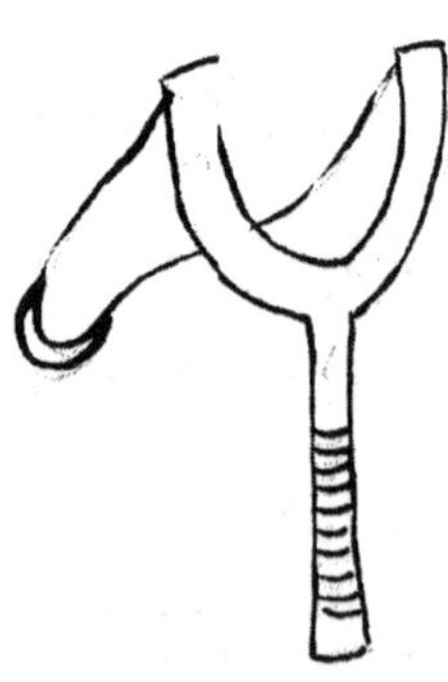

# शिकारी अडकला

एक दिवस दुपारच्या वेळी त्या शिकाऱ्याकडे जाऊन दाढीवालं माकड त्याला म्हणालं, ‘‘या शकाराचे नेते या नात्याने आम्ही तुला अशी सूचना करत आहोत, की तू आत्ताच्या आत्ता हे रान सोडून जिथून कुठून आला आहेस, तिकडे परत जा.’’ ते ऐकून शिकाऱ्याला आश्चर्याचा धक्का बसला. माकड पुढे म्हणालं, ‘‘ही जागा खरं तर तुझ्यासाठी नाहीच. तू आल्यापासून येथील प्राण्यांवर गूढ प्रकारे हल्ले झाले, काही प्राणी तर रात्रीच्या अंधारात अचानक गायबही झाले आहेत. अशा सर्व घटनांमुळे प्राण्यांमध्ये घबराट पसरली आहे. सर्वजण चिंताग्रस्त झाले आहेत. त्यांना असुरक्षित वाटत आहे. शिवाय आता तर तुझं आणि गोरिलाचं उघडउघड वैर आहे, हे दिसून येत आहे.’’

शिकाऱ्याने माकडाच्या बोलण्याकडे पूर्णपणे दुर्लक्ष केलं.

‘‘हे पाहा, मी तुझ्याशी बोलतोय,’’ माकड जरा रागानेच म्हणालं.

‘‘मी कशाला तुझं ऐकू?’’ शिकारी म्हणाला.

‘‘कारण मी शकाराच्या नेत्यांपैकी एक आहे,’’ माकड म्हणालं.

‘‘तू साधं माकड आहेस. मी या शकाराचा राजा आहे.’’

''काय? राजा? कुठला राजा?''

''या शकाराचा राजा आहे,'' शिकाऱ्याने पुन्हा एकदा ठासून सांगितलं.

''तुझ्या या बोलण्याचा अर्थ तरी काय?''

''हे बघ, तू आणि तुझा तो मित्र गोरिला तुम्ही जर या शकाराचे नेते असाल, तर मला नेते असल्याचं काही चिन्ह तरी दाखव ना. हा अधिकार तुला कुणी दिला?''

''हो, दाखवू. लवकरच आम्ही ते तुला दाखवू. पण तू मात्र इथला राजा नाहीस,'' माकड म्हणाला.

''मीच इथला राजा आहे आणि मी मला हवं ते करू शकतो.''

''तू तुला हवं ते करू शकतोस याचा अर्थ तू ते करावंस असा नाही,'' माकड म्हणालं.

''सगळा मूर्खपणा आहे,'' असं म्हणून शिकारी निघून गेला.

''हे बघ, या शकारामध्ये राहायचं असेल तर नीट काळजी घेऊन राहा,'' माकड म्हणालं.

''मला तुझ्या उपदेशाची गरज नाही. मला तुमच्या कोणाचीही पर्वा नाही.''

''कोणतीही गोष्ट कायमची टिकत नाही,'' माकड म्हणाली.

''तोंड बंद कर तुझं,'' शिकारी खेकसला.

''आज तू मोठा बलदंड, शक्तिवान असशीलही, पण कदाचित उद्या दुबळाही बनशील.''

''गप्प बस. तुझी मूर्खासारखी बडबड बंद कर. शेवटी माकड ते माकडच.''

''या पृथ्वीवर प्रत्येकाची कधी ना कधी तरी वेळ येतेच.''

''तू काय बडबडत सुटला आहेस?'' शिकारी म्हणाला.

''तुझे दिवस आता भरत आले आहेत,'' माकडाने भाकीत केलं.

''गप्प बस,'' शिकारी त्याला मध्येच थांबवत म्हणाला. ''तू आधी इथून चालता हो. मला एकटं सोड.''

''जाण्यापूर्वी तुला फक्त एकाच गोष्टीची आठवण करून देतो. कधीकधी शिकारी स्वत:च शिकार बनतो बरं.''

''अतिशय मूर्खपणाचं आहे हे बोलणं! मी सर्वशक्तिमान आहे आणि मी नेहमी तसाच राहाणार,'' असं म्हणत शिकाऱ्याने आपली गलोल उचलून माकडासमोर नाचवली.

''मी फक्त सांगण्याचं काम केलं,'' माकड म्हणालं.

''जा, त्या झाडाझुडुपांना सांग, कारण मी तर तुझ्या बोलण्याकडे काहीही लक्ष देणार नाहीये.''

''शिकारी स्वत:च शिकार बनतो.''

''काहीतरी मूर्खपणा,'' असं म्हणत शिकाऱ्याने माकडाला उडवून लावलं.

माकड पाठ फिरवून जायला निघाल्यावर शिकारी ओरडून म्हणाला, ''माझ्यावर तेवढी एक कृपा कर.''

''काय?''

''तू आणि तो गोरिला खरोखरच शकाराचे नेते असल्याचं काहीतरी प्रमाण घेऊन ये, एखादं चिन्ह किंवा प्रतीक. तुझ्या ताकदीचं प्रतीक मला बघायचंय. मी तुला माझी ताकद काय आहे, ते दाखवलं आहेच.''

''ठीक आहे. आम्ही काही दिवसांतच इथे परत येऊ आणि आमची ताकद काय आहे, ते तुला दाखवून देऊ.''

''हो का? मग मी पण त्या दिवसाची वाट पाहीन.''

* * *

त्या संध्याकाळी माकडाने गोरिलाच्या खांद्यावर थाप मारली. ''त्या माणसाला आपल्या ताकदीचं काहीतरी चिन्ह किंवा प्रतीक बघायचंय. आपण

खरोखरच शकाराचे नेते आहोत, असं सिद्ध करणारा पुरावा त्याला हवाय.''

''मग ते तर सोपंच आहे. आपण थोडे मणी बनवू आणि त्याच्या माळा करून अंगावर घालू.''

''नाही, नाही,'' माकड म्हणालं. ''त्यापेक्षा आपण त्याला काहीतरी अनपेक्षित धक्काच देऊ या.''

''म्हणजे नक्की काय?''

''आपण त्याच्यासाठी सापळा रचून ठेवू.'' माकड म्हणालं.

''पण त्याला अडकवण्यासाठी आपल्याला सापळा मिळणार तरी कुठे?''

''माझ्याकडे एक सापळा आहे,'' माकड म्हणालं.

''पण तुला तो कुठे मिळाला?''

माकड हसलं. ''अरे, ते काळवीट एकदा एका सापळ्यात अडकल होतं, ते आठवतंय का तुला?''

गोरिलाने मान डोलावली.

''माझ्याकडे तो आहे. आणि मी तो थोडासा दुरुस्त केला की त्यात तो माणूस सहज अडकू शकेल.''

ते ऐकून गोरिला खूप खूश झाला. ''अरे, मग तर छानच!'' तो म्हणाला.

''या माकडाला काय काय करता येतं, ते मी आता त्याला दाखवूनच देईन,'' माकड म्हणालं.

मग त्याने बराच वेळ लावून तो सापळा दुरुस्त केला. आता त्यामध्ये माणूस पकडणंही शक्य होतं. मग त्या दोघांनी त्याची चाचणी घेतली. याचा माणसाला पकडण्यासाठी उपयोग करता येईल, अशी त्यांची खातरी पटली.

ते आपली योजना पक्की बनवतच होते, इतक्यात एक बातमी आली. जवळच एक अपघात होऊन त्यात एका लहानशा काळविटाचा मृत्यू झाला होता.

''आपल्याला जे हवं होतं तेही आता आपल्याला मिळू शकेल. त्या शिकाऱ्याला कसलं तरी आमिष दाखवून सापळ्याजवळ तर आणायला हवंच ना. तेही आता करता येईल,'' माकड म्हणालं. ''आणि शिवाय आज पौर्णिमा आहे. आज कदाचित तो शिकारी शिकार करण्यासाठी बाहेर पडेल.''

माकडाने आता त्या सापळ्यावर खूप काम करून तो नीट केला. मग गोरिलाने मुद्दामच काही काळविटांना त्या गुहेपासून सापळा लावलेल्या ठिकाणापर्यंत चालत यायला लावलं. येताना वाटेत त्यांनी मूत्रविसर्जन करावं, अशीही त्यांना सूचना दिली.

सूर्यास्त झाला. फार अंधार होण्याआधी माकडानं सापळा लावला. गोरिलाने त्या मृत काळविटाचं शरीर त्या सापळ्याच्या अगदी जवळ अशा पद्धतीनं ठेवलं, की लांबून ते झोपल्यासारखंच दिसत होतं.

''शकारामध्ये आज त्याच्यासाठी काय वाढून ठेवलंय हे त्या माणसाला कुठे ठाऊक आहे?'' गोरिला हसून म्हणाला.

''हो ना. आज चांगला धक्काच बसणार आहे त्याला.''

दोन्ही नेते जवळच्या एका झाडावर चढून लपून बसले. जराही आवाज न करता त्या शिकाऱ्याची वाट बघत बसले.

इकडे गुहेत शिकारी तयार होत होता. त्याने नेहमीसारखी आपल्या शस्त्रास्त्रांची तपासणी केली. त्याचं नीट समाधान झालं. त्याचा कुत्रा आज फार भुंकत होता. तो नक्कीच अस्वस्थ झालेला असणार.

''विजेता तयार आहे! विजेता नेहमीच विजयी होतो. तू काहीही काळजी करू नको. हे सर्व प्राणी मूर्ख आहेत. मी इथे आल्यापासून बघतोय, त्यांच्या डोक्यात थोडीही अक्कल असल्याचं एकसुद्धा चिन्ह नाही. त्यांना विचार करण्यासाठी लागणारं डोकंच नाही. इथे कुणाची सत्ता चालते, ते मी त्या गोरिलाला चांगलं दाखवून दिलंय. माझी ताकद काय आहे, ते चांगलंच

कळलंय त्याला. आता इथून पुढे ते सगळे मूर्ख प्राणी मला पाहून चळाचळा कापतील. मला कुणाचीही भीती नाही. चल, आपण निघू आता,'' तो कुत्र्याला म्हणाला. ''मी पौर्णिमेच्या चंद्रप्रकाशात शिकार करण्यात यशस्वी झालो. एकदा नव्हे, तर दोनदा. माझा माझ्या शस्त्रास्त्रांवर पूर्ण भरवसा आहे. मला आज नक्कीच विजय मिळणार. शकारावर आणि त्यातल्या प्रत्येक प्राण्यावर मी राज्य करणार.''

शिकारी आणि त्याचा कुत्रा गुहेच्या पुढच्या दाराने बाहेर पडले.

शिकाऱ्याने मुखवटा चढवला. तो कुत्र्याच्या मागोमाग चालू लागला.

''मला इथे काळविटांच्या मूत्राचा वास येत आहे,'' कुत्रा हुंगत म्हणाला.

''नेहमीप्रमाणेच आजही आपण योग्य त्याच मार्गावर आहोत.''

मग काळविटांच्या मूत्राच्या वासाचा मागोवा घेत तो कुत्रा आणि त्या पाठोपाठ तो शिकारी पहाटेच्या अंधुकशा प्रकाशात रानातून निघाले.

*  *  *

इकडे शकाराचे दोन्ही नेते, माकड आणि गोरिला झाडाच्या फांद्यांवर अस्वस्थपणे वाट बघत बसले होते.

''आज तो माणूस शिकारीसाठी बाहेर पडायला हवा.'' गोरिला कुजबुजत्या स्वरात म्हणाला.

''माझा आतला आवाज मला असंच सांगतोय, की तो नक्की येणार.''

''माकडा, माकडा, तुझा अंदाज बरोबर ठरला. तो बघ... तो इकडेच येताना दिसतोय,'' गोरिला कापत्या आवाजात म्हणाला. ''तुला दिसला का तो?''

''हो, हो. दिसला.'' माकड म्हणालं. ''पण तू आता जरा शांत राहा. तोच तो माणूस आहे. त्याने चेहऱ्यावर मुखवटा चढवला आहे.''

''माझा तर खरंच विश्वासच बसत नाहीये,'' गोरिला म्हणाला.

''श्ऽऽऽ! अजिबात आवाज करू नको.''

''हो, हो. पण माकडा, तुला मानलं बाबा. तू फारच हुशार आहेस.'' गोरिला कुजबुजत्या स्वरात म्हणालं.

*  *  *

शिकारी आणि त्याचा कुत्रा जेव्हा एका विशिष्ट ठिकाणी पोचले, तेव्हा कुत्रा थांबला. ''ते पाहा, मला एक लहान काळवीट झोपलेलं दिसतंय,'' असं म्हणून तो नेहमीसारखा झुडुपात लपून बसला.

शिकाऱ्याने आपल्या चेहऱ्यावरचा मुखवटा सारखा केला. ''अरे वा. हे तर फारच चांगलं झालं. आपल्याला हेच तर हवं होतं. छोट्या प्राण्याची शिकार करून त्याला व्यवस्थित कापडात गुंडाळून घेऊन जायचं! आज माझं नशीब खरोखरच जोरावर आहे.'' असं म्हणून तो त्या मुखवट्याच्या आत हलकेच हसला. ''कुणीतरी म्हटलं होतं ना, शकारा रानात चार प्राण्यांची शिकार करणं आजवर कुणालाही जमलेलं नाही? घ्या. आज मी चौथी शिकार करणार आहे.''

मग शिकारी अगदी अलगद, दबती पावलं टाकत त्या झोपलेल्या काळविटाच्या दिशेने सरकू लागला. त्याची शिकार करण्याच्या कल्पनेने तो इतका मंत्रमुग्ध झाला होता, की त्याने आजूबाजूच्या परिसराकडे फारसं लक्ष दिलंच नाही. पहाटेच्या अंधुक प्रकाशात अगदी सावकाश पावलं उचलत निघाला होता. एक पाऊल... दुसरं पाऊल... तिसरं पाऊल. अचानक त्याच्या उजव्या पायाला कुणीतरी घट्ट पकडलंय असा त्याला भास झाला. पण त्याने त्याकडे नीट निरखून पाहिलं नाही. त्याला वाटलं झाडाच्या तुटलेल्या

डहाळीमध्ये पाय अडकला असेल. त्याने पाय झटकून बाहेर काढण्याचा प्रयत्न केला. पण पाय बाहेर निघण्याऐवजी तो अधिकच घट्ट आवळला गेला. तो जसा पाय सोडवून घेण्याची धडपड करायला लागला, तसा पाय आणखी अडकत गेला. शिकारी आवाज न करता सुटण्याची धडपड करायला लागला.

दाढीवालं माकड आणि टकलू गोरिला थक्क होऊन एकमेकांकडे पाहात राहिले. त्यांच्या डोळ्यासमोर जे काही घडलं होतं, त्यावर त्यांचा विश्वासच बसत नव्हता. गोरिलाने माकडाकडे पाहून हात वर करून विजयाची खूण केली. ''आपण त्याला पकडलं. आपल्या सापळ्यात तो फसलाय.''

''श्ऽऽऽ! शांत राहा.''

पण गोरिलाला आता स्वस्थ बसून राहाणं शक्य नव्हतं. त्याचे बटबटीत डोळे सकाळच्या कोवळ्या उन्हात चमकत होते. त्याच्या चेहऱ्यावर आकर्ण हास्य पसरलं होतं. तो माकडाच्या कानात कुजबुजला, ''तो सुटून पळून जायच्या आत आपण त्याला पकडू या.'' मग दोघं जोराने सरसर झाडावरून उतरून खाली आले. त्यांनी थेट त्या शिकाऱ्याच्या अंगावरच उडी मारली.

''अर्ऽऽऽऽ,'' शिकारी मुखवट्यामागे किंचाळत सुटला.

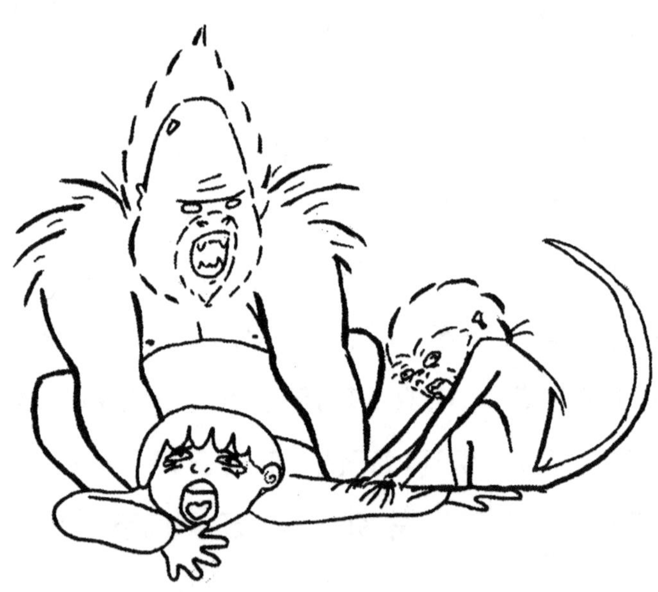

गोरिलाने आता त्याला जमिनीवर पाडून थेट त्याच्या पोटावरच बसकण मारली. शिकाऱ्याचा भितीने थरकाप झाला.

''आम्ही तुला पकडलंय,'' गोरिला उत्साहाने म्हणाला. त्याने त्याच्या तोंडावरचा मुखवटा ओरबाडून बाजूला काढला आणि त्या शिकाऱ्याला म्हणाला, ''आता आलास ना आमच्या ताब्यात? हा आहे या मुखवट्याच्या मागे दडलेला माणूस?''

''या माणसाला म्हणे एकच चेहरा आहे. मनुष्याचा चेहरा,'' माकड त्याची टिंगल करत म्हणालं.

''आणि तुझी ती आवडती टोपी कुठे गेली?'' गोरिलाने विचारलं.

शिकारी प्रचंड घाबरलेला होता. त्याच्या चेहऱ्यावर भीती स्पष्ट दिसत होती. त्याचा श्वास जोरजोरात चालला होता.

गोरिलाने शिकाऱ्याचा धनुष्यबाण, गलोल काढून घेऊन माकडाकडे सुपूर्द केलं. ''जा आणि या गोष्टी रानात कुठेतरी लपवून ठेव,'' गोरिला म्हणाला.

माकड त्या वस्तू घेऊन तात्काळ तिथून निघून गेलं.

''मला जाऊ दे ना,'' शिकारी गयावया करत म्हणाला.

''याच्या तोंडाकडे बघा एकदा. खोटारडा, खुनी माणूस!'' गोरिला उपहासाने म्हणाला.

''तू जर मला आत्ता सोडलंस, तर मी इथून लगेच निघून जाईन. मी तसं वचन देतो,'' शिकारी म्हणाला.

जरा वेळात माकड परत आलं. ''मी याची सगळी अस्त्रं सुरक्षित ठिकाणी दडवून ठेवली आहेत,'' माकडाने गोरिलाला सांगितलं.

''तर मग आता आम्ही तुला गुन्हा करतानाच पकडलेलं आहे. तेव्हा आता तुला काय म्हणायचंय?''

त्यावर शिकारी गप्प बसला.

''हे बघ, आम्ही तुला सोडून द्यावं, असं जर तुला वाटत असेल, तर तुला तोंड उघडावंच लागेल.''

माकड आणखी जवळ आलं. ''शकारामध्ये आम्ही न्यायबुद्धीनं वागतो. पण त्यासाठी तुला तोंड उघडून बोलावंच लागेल. तू खरंच आमची फसवणूक केली आहेस? इथल्या प्राण्यांची शिकार केली आहेस?''

''हो. मी तसं केलं,'' शिकाऱ्याने कबूल केलं.

त्यावर माकड आणि गोरिला हे दोन्ही नेते शिकाऱ्यापासून दूर जाऊन एकमेकांशी कुजबुजत्या स्वरात चर्चा करू लागले. ''तू आपला गुन्हा कबूल केला आहेस, तसंच इथून ताबडतोब निघून जाण्याचंही कबूल केलं आहेस. पण तू जर आपलं वचन मोडलंस आणि पुन्हा एकदा गुन्हा करताना पकडला गेलास, तर मात्र तुला अतिशय कडक शिक्षा होईल. समजलं ना?''

त्यावर गोरिला पुढे म्हणाला, ''पुढच्या वेळी मात्र आम्ही तुला सोडणार नाही.''

''हो, हो. फार कडक शिक्षा ठोठावण्यात येईल,'' माकड म्हणालं.

शिकाऱ्याने मान डोलावली.

गोरिलाने जरा कुरकुरतच शिकाऱ्याचा पाय त्या सापळ्यातून सोडवला आणि त्या शिकाऱ्याची सुटका केली.

''मला माझी अस्त्रं परत द्याल का? ती मिळाली की मी लगेच निघून जाईन,'' तो म्हणाला.

''अजिबात नाही. आम्ही तुला तुझी अस्त्रं मुळीच परत देणार नाही,'' गोरिला संतापाने ओरडून म्हणाला.

''हा माणूस फारच हट्टी आहे,'' माकड मोठ्यांदा हसून म्हणालं.

''नाहीतरी ती अस्त्रं वापरण्याचं ज्ञान तुम्हाला कुठे आहे?'' असं म्हणत वाईट चेहरा करून लंगडत लंगडत शिकारी तिथून निघून गेला.

# शिकाऱ्याची माघार

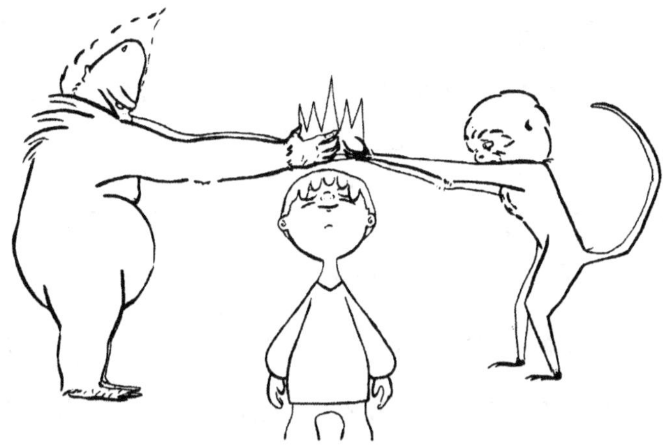

शिकारी आपल्या गुहेकडे निघाला. त्याच्या मागोमाग आज्ञाधारकपणे त्याचा कुत्रासुद्धा निघाला. शिकाऱ्याला त्यानंतर एक छोटीशी डुलकी लागली. त्या झोपेत त्याला एक भीतीदायक स्वप्न पडलं. त्या स्वप्नात काही बिनचेहऱ्याचे पशू त्याचा पाठलाग करत होते. अखेर त्यांनी त्याला गाठलं. त्यांच्या शरीराचा उग्र दर्प त्याच्या नाकात भिनला. तो झोपेतून जागा झाला. त्याला दरदरून घाम सुटला होता. त्यानं नाक घट्ट दाबून धरलं. तो उग्र वास अजूनही त्याच्या अवतीभवती असल्याचा त्याला भास झाला.

आपल्या हातून नक्की काय चुकलं असावं, याचा तो विचार करत होता. आपण पूर्वी जो सापळा प्राण्यांना पकडण्यासाठी लावून ठेवला होता, तोच वापरून आपल्याला पकडण्याइतके ते प्राणी बुद्धिमान असतील, हे त्याला अजूनही खरं वाटतच नव्हतं. ''ह्या आगाऊ आणि मूर्ख प्राण्यांनी आपल्याला कसं काय पकडलं असेल बरं?'' असा विचार करता करता त्याने स्वतःच्या मनाशी एक निर्धार केला. ''आत्ता जे काही घडलं, त्याने आपण मुळीच खचून जायचं नाही. एक छोटासा पराभव झाला तो,'' तो मनात म्हणाला. ''मी पुन्हा एकदा पूर्वतयारीनिशी त्या प्राण्यांचा सामना करीन. त्यांच्यावर राज्य करीन. हे

आयुष्य पुन्हा एकदा आनंदाने भरून जाईल. माझं स्वप्न पूर्ण होईल. येणारे सर्व दिवस इतके सुंदर असतील. शाकारा रान माझ्या मालकीचं असेल. मी या संकटातून काहीतरी मार्ग काढून या मूर्ख प्राण्यांना चांगली अद्दल घडवीन.''

जरा वेळानंतर तो नुसता डोळे मिटून पडून राहिला. पडल्या पडल्या त्याला त्या गुप्त भुयारी मार्गातून प्राण्याचं गुणगुणणं ऐकू येऊ लागलं.

''महाराज अमर रहे! विजेता अमर रहे! तुम्ही आमच्यावर निरंतर राज्य कराल!'' त्याला मिटल्या डोळ्यांसमोर असंही दृश्य दिसलं, की शाकाराचे ते दोन नेते, माकड आणि गोरिला, हातात मुकुट घेऊन गुहेत दबकत दबकत, माना खाली घालून शिरत होते. ''या शाकाराचे राजे म्हणून तुम्ही हा मुकुट आपल्या मस्तकी धारण करावा, अशी आम्ही विनंती करत आहोत,'' ते शिकाऱ्याला म्हणाले. ''तुम्ही इथून पुढे आमचे नेते व्हा, अशी आमची नम्र विनंती आहे. आमच्या शाकारा रानावर तुम्ही कब्जा केलेलाच आहे. तेव्हा महाराज, आम्ही तुमचे सेवक बनून तुमची सेवा करू. महाराज अमर रहे!''

इकडे रानात गोरिला आणि माकड शिकाऱ्याची शस्त्रं हातात घेऊन नीट निरखून पाहात होते. माकड आनंदाने जोरजोरात हात चोळत म्हणालं. ''आपण ही शस्त्रं शिकाऱ्याला परत देण्याआधी हुबेहुब अशीच शस्त्रं आपल्यासाठी बनवू.''

''पण कशी?'' गोरिला आपलं टक्कल खाजवत म्हणाला.

''ते सोपं आहे. आपण आधी त्यांची बनावट कशी आहे, त्याचं नीटं निरीक्षण करू. त्यांचं काम नक्की कसं चालतं, याचा अभ्यास करू.''

''मग दोन्ही नेत्यांनी आधी स्वत: धनुष्याची दोरी ताणून त्याला बाण लावून तो मारून पाहिला. तो नक्की कसा जातो, त्याचा नेम कुठे लागतो हे एकदा समजल्यावर त्यांनी स्वत:साठी धनुष्यबाण बनवले. त्यानंतर त्यांनी आपलं लक्ष त्या गलोलीकडे वळवलं.''

''ह्यासारखं दुसरं अस्त्रं बनवणं जरा अवघडच दिसतंय,'' माकड विचार करून म्हणालं. ''त्यापेक्षा आपण हे निकामीच करून टाकू.''

''पण का?'' गोरिला म्हणाला.

''अरे, म्हणजे तो आपल्यावर चालवण्यासाठी हे हातात घेईल, तेव्हा ते निरुपयोगी ठरेल ना?''

''अरे हो की! तुझं म्हणणं मला पटलं,'' गोरिला म्हणाला.

मग माकडाने धारदार दगड वापरून त्या गलोलीचं रबर थोडंसं कुरतडून ठेवलं. ''हं, झालं,'' तो म्हणाला.

''आता आपण थोडे मणी बनवू. म्हणजे आपणच या शकाराचे नेते आहोत याचं चिन्ह म्हणून त्याला दाखवता येईल.'' माकड म्हणालं.

''हो, हो. इथले खरेखुरे नेते आपणच आहोत, हे त्यालाही कळू दे.''

मग त्या दोघा नेत्यांनी मणी गुंफून त्याची आभूषणं बनवून अंगावर चढवली.

त्यानंतर ते त्या शिकाऱ्याकडे त्याची हत्यारं परत देण्यासाठी त्याच्या गुहेकडे निघाले.


*प्राण्यांच्या बुद्धिमत्तेचा विजय असो!*
*प्राण्यांच्या दुर्दम्य इच्छाशक्तीचा विजय असो!*
*प्राण्यांच्या चातुर्याचा विजय असो!*
*प्राण्यांच्या कल्पकतेचा विजय असो!*
*आम्ही मनुष्यांपुढे कधीच हार मानणार नाही!*
*आम्ही मनुष्यांना कधीच शरण जाणार नाही!*


* * *

अशी गाणी म्हणत गोरिला चालत होता.

गुहेपाशी पोचल्यावर त्यांनी शिकाऱ्याला बाहेर बोलावलं. "ही घे तुझी शस्त्रास्त्रं तुला परत!" त्याची अस्त्रं त्याच्या हातात ठेवत माकड म्हणालं.

"मला हे माहीतच होतं. तुम्ही यांचा काय उपयोग करू शकणार?" शिकारी म्हणाला.

"खरं आहे तुझं. आम्हाला तर त्यातलं काहीच समजत नाही. हे सगळं आमच्यासाठी खूप अवघड आहे," माकड हसून म्हणालं.

"पण आतातरी तू हे रान कायमचं सोडून जाशील ना?" गोरिला म्हणाला.

"हे बघा, मी कुठेही जाणार नाहीये," असं म्हणून शिकारी आपल्या निर्णयाशी ठाम राहिला. तो त्याचा हट्ट सोडायला तयार नव्हता.

"पण तू इथून निघून जाण्याचं वचन दिलं होतंस," माकड म्हणालं.

"मला इथे राहण्याचा पूर्ण हक्क आहे," असं म्हणत शिकाऱ्यानं त्याची गलोल हातात घेतली.

त्यावर गोरिला हाताच्या मुठी आवळत म्हणाला, "आता याच्याकडे मी बघतोच. काय माणूस आहे हा!"

पण माकडाने त्याला समजावून गप्प केलं. "शांत हो बरं तू!"

शिकाऱ्याने माकड आणि गोरिला या दोघांकडे नीट निरखून पाहिलं. "हे तुम्ही काय घातलंय?" तो त्या दोघांच्या अंगावरील आभूषणांकडे बघत म्हणाला.

"ही आमच्या शक्तीची प्रतीकं आहेत. आम्हीच या रानाचे नेते आहोत हे दाखवणारी चिन्हं आहेत," माकडं म्हणालं.

"या शकाराचे खरे खुरे नेते आम्हीच आहोत," गोरिला म्हणाला.

''मी इथला राजा आहे. या रानावर फक्त माझं अधिपत्य आहे. मी तुम्हा सर्वांवर विजय मिळवला आहे,'' स्वत:च्या हातातली गलोल उंच करून दाखवत शिकारी म्हणाला.

''मुळीच नाही. या रानाचे खरे राजे आम्हीच असल्याचं आम्ही लवकरच सिद्ध करुन दाखवू,'' माकड म्हणालं.

''गप्प बस. काय मूर्खासारखं बोलत सुटला आहेस. गळ्यात चार माळा घातल्या, म्हणजे लगेच मला इथून घालवून देण्याइतके शक्तिमान झालात का तुम्ही? उगाच नसत्या वल्गना करू नका. तुमच्या या माळा म्हणजे काही तुमच्या ताकदीची चिन्हं वगैरे मुळीच नाहीत,'' असं म्हणून त्याने हातातली गलोल उंचावली. ''याला म्हणतात शक्तीचं प्रतीक.''

गोरिला संतापाने त्याच्या अंगावर धावून जाऊ लागला. पण माकडानं त्याला मागे ओढलं. ''हे बघ, तो फार शक्तिमान आहे. आपण त्याच्यासमोर काहीच नाही. त्याच्याकडे शस्त्रं आहेत. आपल्याकडे तर काहीही नाही. पण तो एक गोष्ट विसरला आहे. कोणतीच परिस्थिती कायमस्वरूपी टिकत नाही. ती बदलते. आता थोड्याच दिवसांत तो शिकारी स्वत:च शिकार बनेल, हे अगदी नक्की.''

''या माकडाची मूर्खासारखी बडबड पाहा!'' शिकारी तुच्छतेने हसून म्हणाला.

# शिकारीच बनला शिकार

दुसऱ्या दिवशी सकाळी दोन्ही हात एकमेकांवर चोळत माकड म्हणालं, ''मला वाटतं आता आपण त्या मनुष्याचा सामना करण्यासाठी पूर्ण तयार आहोत. त्याने आपलं हे रान सोडून जावं, म्हणून आपण त्याला पुष्कळच संधी दिल्या. आता त्या शिकाऱ्याची आपणच शिकार करण्याची वेळ आली आहे. आता त्याची इथून हकालपट्टी करायलाच हवी.''

गोरिलाने तो मुखवटा हातात घेऊन बारकाईने त्याचं निरीक्षण केलं; आणि जोरजोरात हसत सुटला. ''आज आपल्यापुढे काय वाढून ठेवलंय, याची त्या माणसाला किंचितसुद्धा कल्पना नाहीये.''

माकड आणि गोरिला यांची पूर्ण तयारी झाल्यावर ते दोघंही एका झुडुपाआड लपून बसले. तो शिकारी रोज याच वाटेने फेरफटका मारायला जातो, ते त्यांना माहीत होतं. शिकारी जवळ येताच गोरिलाने मुखवटा चढवून झुडुपाबाहेर उडी मारली आणि तो जोरात ओरडला. शिकारी दचकला. तो घाबरून पळत सुटला. गोरिला तोंडाने मोठ्यांदा विचित्र आवाज काढत त्याचा पाठलाग करू लागला. अखेर गोरिलाने शिकाऱ्याला मागून पकडलं आणि त्याच्यासमोर तोंडावरचा मुखवटा बाजूला करून खदाखदा हसू लागला. त्याच वेळी माकड जवळच्या झाडाच्या फांदीवर धनुष्यबाण हातात घेऊन नेम धरून बसलं होतं.

''तुम्ही माझ्या मागे का लागला आहात?'' शिकाऱ्याने विचारलं.

''आम्ही तुला शेवटचं सांगतोय, हे रान सोडून चालता हो.''

''मला इथे राहाण्याचा पूर्ण हक्क आहे. हे रान माझ्याशिवाय अपूर्ण आहे,'' शिकारी म्हणाला.

''तुझे दिवस आता भरले आहेत,'' गोरिला म्हणाला. ''एकदा तू या रानातून गेलास ना, म्हणजे इथे सुख, समाधान आणि शांती नांदेल.''

यानंतर गोरिलाने माकडाला खूण केली. ''तू याला चांगली अद्दल घडव,'' तो म्हणाला.

''हो ना. आता शिकारी कसा शिकार बनतो हे नुसतं तोंडाने बोलणार नाही. ते खरं करूनच दाखवतो,'' असं म्हणून माकडाने नेम धरून शिकाऱ्याच्या रोखाने बाण मारला. तो बाण सरळ शिकाऱ्याच्या शंकूच्या आकाराच्या टोपीला वेधून गेला.

शिकारी दचकला. घाबरून खाली बसला. ''अरे देवा!'' तो म्हणाला.

''अरे, तो सराव करत होता,'' गोरिला खिदळत म्हणाला.

शिकाऱ्याने आश्चर्यचकित होऊन वर पाहिलं. ''माझी शस्त्रं पाहून तू हुबेहूब तशीच बनवलीस? हे कुणी शिकवलं तुला?'' तो ओरडून

म्हणाला. पण माकडानं त्यावर काहीच उत्तर दिलं नाही. त्याने आणखी एक बाण सोडला. तो थेट शिकाऱ्याच्या टोपीत रुतून बसला.

''त्या माकडाला तुझ्यावर नेम धरून पाहिजे तिथे मारता येईल,'' गोरिला उपहासाने हसत म्हणाला.

''तू आत्ताच्या आत्ता इथून जाणार आहेस की नाही?'' माकड झाडावरून जोरात ओरडलं.

पण शिकारी त्यावर उद्दामपणे म्हणाला, ''मी कुठेही जाणार नाहीये.'' त्याने त्याची गलोल बाहेर काढली.

''हा, हा, हा! ही, ही, ही! हो, हो, हो!'' गोरिला अतिशय मोठ्यांदा हसू लागला. ''वापर, वापर. तुझं ते अस्त्र वापर!''

शिकाऱ्याने एक दगड उचलून माकडावर नेम धरला. त्याने गलोल ताणून धरण्याचा प्रयत्न करताच मोठा आवाज येऊन ती तुटली. शिकारी गोंधळून गेला. त्याला धक्का बसला.

''तुझ्या शक्तीचं हे प्रतीक मोडून गेलं. तू हरलास. जा आता.'' माकड म्हणालं. त्याने शिकाऱ्याच्या टोपीच्या दिशेने आणखी एक बाण मारला.

आता मात्र शिकारी घाबरला. पुन्हा गुडघ्यात मान घालून तो खाली बसला. रानाचे दोन्ही नेते, माकड आणि गोरिला जोरजोरात हसू लागले.

''आम्ही तुला इजा करू इच्छित नाही.''

''तू फक्त इथून निघून जा, म्हणजे झालं.''

पण तो खरंच जाणार होता का?

# आणि अखेर...

माकड झाडावरून उडी मारून खाली येऊन गोरिलाच्या खांद्यावर बसलं.

''जा. आत्ताच्या आत्ता चालता हो,'' असं म्हणून त्याने आणखी एक बाण सोडला. तो शिकाऱ्याच्या अगदी जवळून गेला.

''मी... मी हरलो. मी तुम्हाला शरण येतो,'' शिकारी घाबरून ओरडला. तो दोन्ही हात वर करून थरथरत उठून उभा राहिला.

रानाचे दोन नेते सावकाश चालत त्याच्याकडे निघाले.

शिकारी त्यांच्याकडे पाठ फिरवून जीव मुठीत धरून आपल्या गुहेकडे पळत सुटला.

''नाही, अजिबात नाही. तू आता त्या गुहेकडे फिरकायचंसुद्धा नाही. निघून जायचं.''

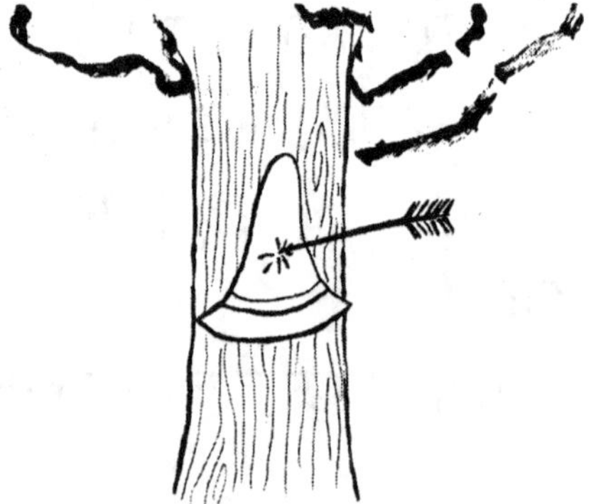

माकड गोरिलाच्या खांद्यावरून उडी मारून खाली उतरलं. ते दोघं शिकाऱ्याचा पाठलाग करू लागले.

मधूनच माकड नेम धरून एखादा बाण मारे. तो शिकाऱ्याच्या अगदी जवळून जाई.

''माणूस घाबरला. पळून चालला,'' गोरिला जोरजोरात हसत म्हणाला.

शकारा रानाच्या त्या दोन्ही नेत्यांनी त्या शिकाऱ्याची रानातून हकालपट्टी केली.

अखेर शिकारी स्वतःच शिकार बनला!

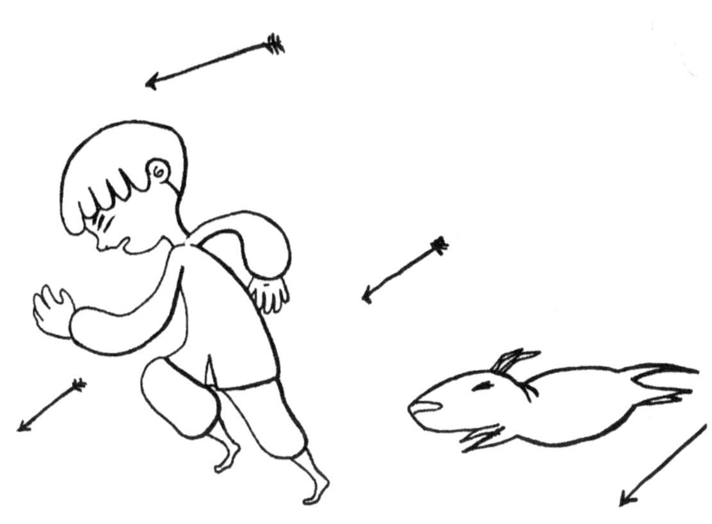

# समाप्त